வைக்கம் போராட்டத்தில் பிராமணர்கள்

ம.வெங்கடேசன்

வைக்கம் போராட்டத்தில் பிராமணர்கள்
ம.வெங்கடேசன் ©

சுவாசம் பதிப்பகம்

Vaikom Poraattathil Brahmanargal
by M.Venkatesan ©

First edition: April 2024

ISBN: 978-81-19550-32-6
Title Number: Swasam 146

Published by:
Swasam Publications Private Limited,
52/2, Near B.S Mahal, Ponmar,
Chennai, Tamil Nadu – 600127
Email: swasam.publications@gmail.com

Printed by: Real Impact Solutions, Chennai – 600 004.

To buy the book: Swasam Bookart - +91-8148066645
Website: https://www.swasambookart.com/

என்னுரை

1916 மே 9ம் தேதி நியூயார்க்கிலுள்ள கொலம்பியா பல்கலைக்கழகத்தில் நடந்த டாக்டர் ஏ.ஏ.கோல்டன்வைஸரின் மானுடவியல் கருத்தரங்கில், டாக்டர் அம்பேத்கர் 'இந்தியாவில் சாதிகள்: அவற்றின் அமைப்பியக்கம், தோற்றம், வளர்ச்சி' என்ற தலைப்பில் ஆய்வுக்கட்டுரை ஒன்றை வாசித்தார். அதில் அவர் பின்வருமாறு குறிப்பிடுகிறார்:

> 'நான் உங்களுக்கு வலியுறுத்திக் கூறுவதெல்லாம் சாதி பற்றிய சட்டத்தை மனு வழங்கவில்லை. மனுவுக்கு நெடுங்காலத்திற்கு முன்பிருந்தே சாதி நிலவி வருகிறது. ஆனால் அவர், சாதிமுறை நல்லதெனக் கூறி அதற்குத் தத்துவமளித்து நிலைநிறுத்திய பணியைச் செய்திருக்கிறார். இன்றுள்ள நிலையில் காணப்படும் இந்துச் சமுதாயத்தை மனு உண்டாக்கவில்லை; உண்டாக்கவும் முடியாது. தன் காலப் பழக்கத்திலிருந்த சாதி வழக்கங்களை விதிகளாகத் தொகுத்தமைத்துச் சாதி தருமத்தைப் போதித்ததோடு மனுவின் பணி முடிந்தது. மிகப் பெரிய அளவில் பரவி வளர்ந்துள்ள சாதிமுறையைத்

தனிமனிதனின் சக்தியாலோ தந்திரத்தாலோ அல்லது வர்க்கத்தாலோ சாதித்திருக்க முடியாது. அடுத்து, பிராமணர்களே சாதியைப் படைத்தனர் என்னும் கோட்பாடும் அர்த்தமற்றதே. மனுவைப் பற்றி நான் விளக்கியதற்கும் மேலாக, சொல்வதற்கு ஏதுமில்லை. பிராமணர்கள் பல வகைகளில் குற்றமிழைத்தவர்களாக இருக்கலாம்; குற்றமிழைத்தவர்கள்தான் என நான் துணிந்து கூறவும் செய்வேன். ஆனால், சாதிமுறையைப் பிராமணர்கள், பிராமணரல்லாதார் மீது திணித்தார்கள் என்பது உண்மையல்ல; அதற்குரிய துணிவோ ஆற்றலோ அவர்களுக்குக் கிடையாது. சாதிமுறை பரவுவதற்குப் பிராமணர்கள் தங்கள் நயமான தத்துவங்களின் மூலம் துணைபுரிந்திருக்கலாம். ஆனால் தங்கள் வரையறைகளுக்கு அப்பால், தங்களுடைய திட்டத்தை உந்தித் தள்ளி நிச்சியமாக அவர்கள் புகுத்தியிருக்க முடியாது. தங்களுக்குத் தகுந்தாற்போலவும், தாங்கள் நினைப்பதுபோலவும், சமூகத்தை மாற்றியமைப்பது என்பது இயலாத காரியம். அச்செயல் எவ்வளவு புகழ்தற்குரியது! எவ்வளவு கடினமானது! எவரும் சாதி மென்மேலும் வளர்வது குறித்து மகிழலாம்; பரவசத்தால் போற்றிப் பாராட்டலாம். அதைத் தவிர ஓர் எல்லைக்குமேல் அதனைப் பரப்ப முடியாது.' (நூல்: டாக்டர் பாபாசாகேப் அம்பேத்கர்: பேச்சும் எழுத்தும், தொகுதி 1, பக்.23-24.)

வைக்கம் போராட்டம் 1924ல் ஆரம்பிக்கப்பட்டது. 100வது ஆண்டை 2024ல் தொட இருக்கிறது. இந்த 100ம் ஆண்டைத் தொடப்போகிற வைக்கம் போராட்டத்தில் ஈடுபட்ட பல தலைவர்களைப் பற்றி நாம் அறிந்திருப்போம். கேரளத்தில் வைக்கம் போராட்டத்தில் ஈடுபட்ட அத்தனை பேரையும் போற்றி நினைவுபடுத்தி வருகிறார்கள். ஆனால், தமிழ்நாட்டில் ஈ.வெ.ராமசாமி நாயக்கரைத் தவிர வைக்கம் போராட்டத்தில் ஈடுபட்ட பலருடைய பங்கை மறைத்து – வரலாற்றைத் திரித்து - ஈவெரா மட்டுமே முன்னிறுத்தப்படுகிறார். இது வரலாற்றுக்குச் செய்கிற துரோகமாக இருந்தாலும் திராவிடர் கழகம் முதல் தமிழக அரசு வரை தொடர்ந்து வரலாற்றுத் திரிபை மீண்டும் மீண்டும் செய்து வருகிறது. காரணம், இந்த வரலாற்றுத் திரிபு திராவிட அரசியலுக்குத் தேவையாயிருக்கிறது.

வைக்கம் போராட்டத்தில் ஈடுபட்டவர்களை இரண்டு வகையாகப் பிரித்துக் கொள்ளலாம். ஒன்று வைக்கம்

சென்று களத்தில் பிரசாரம் செய்வது மற்றும் சத்தியாகிரகம் செய்து சிறைக்குச் செல்வது. இரண்டாவது, எதிரணி மற்றும் அதிகாரத்தில் உள்ளவர்களிடையே பேசி மனமாற்றத்தைக் கொண்டுவருவது மற்றும் வைக்கம் போராட்டத்திற்குத் தேவையான பொருள், பண உதவிகளை ஏற்பாடு செய்து போராட்டத்தை உயிர்ப்புடன் வைத்து வெற்றிபெற உதவுவது.

இந்த இரண்டு வகையான போராட்ட நிலைகளிலும் தமிழ்நாட்டிலிருந்து பல்வேறு தலைவர்கள் ஈடுபட்டனர். வைக்கம் போராட்டத்தில் யார் யாரெல்லாம் ஈடுபட்டார்கள் என்பதையெல்லாம் பழ.அதியமான் எழுதிய 'வைக்கம் போராட்டம்' என்ற புத்தகத்திலும், த.அமலா எழுதிய 'வைக்கம் சத்தியாகிரக நினைவலைகள்' என்ற புத்தகத்திலும் பதிவுசெய்திருக்கிறார்கள். யார் யாரெல்லாம் வைக்கம் போராட்டத்திற்கு ஆதரவாக ஈடுபட்டிருக்கிறார்கள் என்ற தகவலில், பல பிராமணர்கள் பெயர்களையும் அந்தப் புத்தகங்களில் படித்தபோது பெரும் வியப்பாக இருந்தது. காரணம், நமக்குச் சொல்லித்தரப்பட்ட வரலாற்றுக்கு எதிராக அந்தத் தகவல்கள் இருந்தன.

'கேரளம் பைத்தியக்காரர்களின் விடுதி' என்று சுவாமி விவேகானந்தர் கூறியிருந்ததற்கு ஏற்ப, அங்கு சாதிய ஆதிக்கம் கொடூரமாக இருந்தது. தீண்டாமை மட்டுமல்ல, எந்தச் சாதி எவ்வளவு தூரம் தள்ளி நிற்கவேண்டும் என்பது முதல் சில சாதியரைப் பார்க்கக் கூடாது என்பதுவரை தன் கோரப் பற்களை நீட்டி, சமூகத்தின் பல பிரிவினரின் ரத்தத்தை உறிஞ்சிக்கொண்டிருந்தது சாதிய ஆதிக்கம். இதற்குக் காரண கர்த்தா அரசாங்கம் மட்டுமல்ல, குறிப்பாகப் பல பிராமணர்கள் ஆதி கர்த்தாக்கள் என்பதில் மாற்றுக் கருத்து இல்லை. அதற்கு வைக்கமே ஓர் உதாரணம். எல்லாச் சமூகத்தவர்களும் தெருவில் நடமாட ஏற்றுக்கொண்டாலும், பிராமண சாதியினரில் பல பேர் அதனை ஏற்றுக்கொள்ளவில்லை. இந்த விமர்சனம் ஒரு பகுதி மட்டுமே. இதில் மறைக்கப்பட்ட மற்றொரு பகுதியும் உள்ளது.

எந்தப் பிராமண சமூகம் சில சாதியர்களைத் தெருவில்கூட நடமாடக்கூடாது, நெருங்கக்கூடாது என்று மானுட தர்மத்திற்கு எதிராக நிலைநிறுத்திச் செயல்படுத்தியதோ, அந்தச் சமூகத்தைச் சேர்ந்த பிராமணர்கள் பலர் தன் சொந்த சமூகத்தினருக்கு எதிராகவே – மானுட தர்மத்தின் பக்கம் நின்று – போராடினர். இதை வேறு எந்தச் சமூகத்திலும் காண

முடியாது. ஆனால் பிராமணர்களை மட்டுமே எதிரியாக நிறுத்தி, மற்ற சமூகத்தவர்கள் அவர்களின் பின்னால் ஒளிந்துகொண்டு சாதிய ஆதிக்கத்தை இன்றும்கூட நிலைநிறுத்தியிருக்கிறார்கள் என்றால், நூறு வருடங்களுக்கு முன் எப்படி இருந்திருக்கும் என்று நினைத்துப் பார்க்கவே அச்சமூட்டுகிறது. ஆனால் மற்ற சமூகங்கள் மீது விமர்சனங்களை வைக்காமல் பிராமண சமூகத்தின்மீது மட்டும் விமர்சனம் வைப்பது தங்கள் குற்றங்களிலிருந்து தப்பித்தல் முயற்சிதான்.

பிராமணர்களில் பலர் எப்படி வைக்கம் போராட்டத்திற்கு எதிராக இருந்தார்களோ அதுபோலவே நாயர்களில் பலர் வைக்கம் போராட்டத்திற்கு எதிராக இருந்தனர். தமிழ்நாட்டில் நீதிக்கட்சிகூட வைக்கம் போராட்டத்திற்கு எதிராக இருந்தது என்பதை பழ.அதியமான் தன்னுடைய புத்தகத்தில் பதிவுசெய்திருக்கிறார். பிராமண சமூகம் குற்றமிழைத்தது உண்மைதான். ஆனால், அதே சமூகத்தவர்களில் பலர் வைக்கம் போராட்டத்திற்கு ஆதரவாக நின்று போராடினர், கடைசி வரை போராடினர், வைக்கம் போராட்டம் வெற்றிபெறும் வரை போராடினர், சிறையில் வாடினர், அவர்கள் கடும் துன்பத்திற்கு ஆளாகினர். இந்த வரலாற்றை யாரும் நமக்குச் சொல்லித் தருவதில்லை. ஏனென்றால், பிராமணர்கள்மீது வெறுப்பு குறையும்போது தங்கள் சமூகத்தவர்கள் செய்கிற குற்றங்கள் அம்பலப்பட்டுப் போகும், வெறுப்பு நம் சமூகம் மீது திரும்பும் என்பதால் உண்மையான வரலாற்றைக்கூட இங்கு பதிவுசெய்யவில்லை. நல்லவேளையாக பழ.அதியமான் (வைக்கம் போராட்டம்), த.அமலா (வைக்கம் சத்தியாகிரக நினைவலைகள்) போன்றவர்கள் எழுதியிருக்கிற புத்தகங்களிலிருந்து வைக்கம் போராட்டத்திற்கு ஆதரவாகச் செயல்பட்ட பிராமணர்களை இங்கு தொகுத்திருக்கிறேன். அவர்களுடைய புத்தகங்கள் இல்லையென்றால் இந்தத் தொகுப்பு சாத்தியமாகியிருக்காது. அதனால் அவர்களுக்கு என் நன்றி.

- ம.வெங்கடேசன்.

ஒளிபடா பிராமணர்கள்

டி.ஆர்.கிருஷ்ணசாமி ஐயர், குரூர் நீலகண்டன் நம்பூதிரிபாடு

கேரளத்தில் நடைமுறையிலிருந்த சாதிய ஆதிக்கத்தை ஒழிப்பதற்காக காங்கிரஸுடன் கைகோர்த்தார் ஒரிஜினல் வைக்கம் வீரர் டி.கே.மாதவன். 1924ம் ஆண்டு ஜனவரி மாதம் எர்ணாகுளத்தில் கூடிய கேரள மாநில காங்கிரஸ் கமிட்டி கூட்டத்தில் டி.கே.மாதவன், குரூர் நீலகண்டன் நம்பூதிரிபாடு, டி.ஆர்.கிருஷ்ணசாமி ஐயர், கே.வேலாயுத மேனன், கே.கேளப்பன் ஆகியோர் அடங்கிய 'கேரள மாநில காங்கிரஸ் தீண்டாமை ஒழிப்புக் குழு' ஆரம்பிக்கப்பட்டது. சாதிய ஆதிக்கத்தை ஒழிப்பதற்காகப் பிரசாரக் குழுவும் அமைக்கப்பட்டது. அதில், டி.கே. மாதவன், கே.பி.கேசவமேனன், ஏ.கே.பிள்ளை, ஹசன் கோயா பூமல்லா, குரூர் நீலகண்டன் நம்பூதிரிபாடு ஆகியோர் அடங்கிய குழு தோற்றுவிக்கப்பட்டது.

டி.ஆர்.கிருஷ்ணசாமி ஐயர், ஒரு தமிழ்ப் பிராமண குடும்பத்தில் பாலக்காட்டில் பிறந்தார். திருவனந்தபுரம் மகாராஜாஸ் கல்லூரியில் BA பட்டமும், மெட்ராஸ் சட்டக் கல்லூரியில் BL (இளங்கலைச்

சட்டம்) பட்டமும் பெற்றார். 1921ல், சுதந்திரப் போராட்டத்தில் ஈடுபடுவதற்காக, அவர் தனது சட்டத் தொழிலை விட்டுவிட்டு ஒத்துழையாமை இயக்கத்தில் சேர்ந்தார். 1923ல் பாலக்காட்டில் நடந்த இரண்டாவது காங்கிரஸ் கூட்டத்தில், கூட்டத்திற்குப் பிறகு அனைத்துச் சாதியினருக்கு இடையேயான சமபந்தி விருந்துக்கு ஏற்பாடு செய்தார். அவரது தலைமையில், பாணர் மற்றும் நாயாடி சமூகங்களைச் சேர்ந்த ஒடுக்கப்பட்ட சாதியினர் விருந்துக்கு அழைத்துவரப்பட்டனர் மற்றும் முக்கிய காங்கிரஸ் தலைவர்களும் சாதிகளுக்கு இடையிலான விருந்தில் கலந்துகொண்டனர். இந்தக் கூட்டத்திற்குப் பிறகு, உயர் சாதிப் பிராமணர்கள் அவருக்கு எதிராகத் திரும்பினார்கள். அவர் பிராமண சாதியிலிருந்து வெளியேற்றப்பட்டார்.

இந்தச் சம்பவத்திற்குப் பிறகு ஒடுக்கப்பட்ட மக்களின் கல்விக்காகப் பாலக்காட்டில் சபரி ஆசிரமத்தைத்

தொடங்கினார். இந்த ஆசிரமம் பின்னர் மலபாரின் சுதந்திர இயக்கத்தின் மையமாக மாறியது. வைக்கம் சத்தியாகிரகத்தில், ஒடுக்கப்பட்ட மக்கள் கோவிலுக்கு முன்னாலுள்ள சாலைகளில் நடக்கும் உரிமைக்காக, சபரி ஆசிரமத்திலிருந்து டி.ஆர்.கிருஷ்ணசாமி அய்யரின் கீழ் சத்தியாகிரகிகளின் ஒரு குழு வைக்கம் வந்தது.

சுதந்திர இயக்கத்தின் தீவிர உறுப்பினரான ஐயர் 1930ல் உப்புச் சத்தியாகிரகத்திற்காகப் பாலக்காட்டிலிருந்து எழுபது பேர் கொண்ட குழுவைக் கோழிக்கோட்டிற்கு அழைத்து வந்தார். அவர் மற்றும் அவரது குழுவினர் கோழிக்கோடு ஆங்கிலேய காவல்துறையால் லத்தி சார்ஜ் செய்யப்பட்டனர். சுதந்திரப் போராட்டத்தில் ஈடுபட்டதால் பலமுறை கைதுசெய்யப்பட்டுச் சிறையில் அடைக்கப்பட்டார். தீண்டாமை ஒழிப்பு, ஹிந்திப் பிரசாரம், காதியைப் பரப்புதல், ஒடுக்கப்பட்ட சமூகங்களின் நலனை மேம்படுத்துதல் போன்ற சுதந்திரப் போராட்டத்தின் காந்திய திட்டங்களைச் செயல்படுத்துவதில் அதிக ஆர்வம் காட்டினார். 1935ல் இறந்தார்.

இந்தக் குழு (கேரள மாநில காங்கிரஸ் தீண்டாமை ஒழிப்புக் குழு) 1924ம் ஆண்டு பிப்ரவரியில் கொல்லம் சுயராஜ்யா ஆசிரமத்தில் கூடித் தீவிர ஆலோசனை நடத்தியது. இதில் பின்வரும் தீர்மானங்களை இயற்றியது.

1. கேரளத்தில் இப்பொழுது கடைப்பிடிக்கப்பட்டு வருகின்ற தீண்டாமையும் தொடாமையும் மனிதர்களிடையே நமக்குரிய அதிகாரத்தையும் உரிமைகளையும் இல்லாமலாக்கவும், தன்மானத்தைக் கெடுக்கவும், சுதந்திரத்தை ஒழிக்கவும், சகோதர உணர்வை அழிக்கவும் செய்வதாலும்;

2. மனிதனுடைய முழுமையான வளர்ச்சிக்கும் நலத்திற்கும் வசதிக்கும் தடையாக நிற்கின்ற ஆச்சாரங்களும் சம்பிரதாயங்களும் நிறுவனங்களும் காலமாற்றத்தால் மனிதர்களிடையே அனுசரணையையும் ஆதரவையும் பெறாததாலும்;

3. இந்த அனாச்சாரத்தை நாட்டிலிருந்து வெளியேற்றி முழுமையான குடியுரிமையையும் மத உரிமையையும் கேரளத்தில் நிலைநாட்டுவதைத் தங்களுடைய மேலான தர்மமாகக் கேரள மக்கள் கருத வேண்டுமென்றும்;

4. போக்குவரத்துச் சுதந்திரம் பிறப்புரிமையாக இருக்க, எவரோ ஒருவருக்கு அந்த உரிமை மறுக்கப்படுவது மானுட சமுதாயத்திற்கு விதிக்கும் அபராதம் என்றும், எல்லா இந்துக்களுக்கும் இந்துக் கோயில்களில் சமத்துவமான வழிபாட்டு உரிமை இருக்கவேண்டும் என்றும்;

5. உள்ள புனித நம்பிக்கையால் தீண்டாமையைக் கேரளத்திலிருந்து வெளியேற்ற நியாயமும் அமைதியும் வாய்ந்த அனைத்து வழிகளிலும் முயல இந்தக் குழு முடிவெடுக்கின்றது.

இந்தக் குழு எடுத்த இந்தத் தீர்மானத்திற்கு காந்தியடிகளின் அனுமதியும் கிடைத்தது. இந்தத் தீர்மானங்களை நடைமுறைப்படுத்த கேரளத்திலுள்ள வைக்கம் தேர்ந்தெடுக்கப்பட்டது.

குரூர் நீலகண்டன் நம்பூதிரிபாடு 1896ல் திருச்சூர் மாவட்டத்திலுள்ள அடத் குரூர் மனையில் பிறந்தார். கொச்சி ராச்சியம் மற்றும் திருச்சூர் மாவட்டத்தில் இந்திய தேசிய காங்கிரஸை உருவாக்கிய முதல் சில தலைவர்களில் இவரும் ஒருவர். 1920ல் கோழிக்கோட்டில் மகாத்மா காந்தியைச் சந்தித்து இந்திய சுதந்திரப் போராட்டத்தில் சேர அனுமதி கேட்டார். மகாத்மா காந்தியின் தீவிர சீடரானார். அவர் காந்திஜியின் வார்த்தைகளையும் செயல்களையும் பின்பற்றி, எளிமையான மற்றும் அடக்கமான வாழ்க்கையை வாழ்ந்தார்.

திருச்சூர் மாவட்ட காங்கிரஸ் கமிட்டியின் தலைவராக இருந்தார்; அகில இந்திய காங்கிரஸ் கமிட்டி உறுப்பினர் (1922–32) மற்றும் செயலர், கேரள காதி வாரியம், மாத்ருபூமி நாளிதழின் நிறுவனர் இயக்குநர்களில் ஒருவர் குரூர். குரூர் கேரளாவில் காதியின் ஆரம்பகால அடிவருடிகளில் ஒருவர். 1959 ஆகஸ்ட் 15 அன்று குரூர் எரவக்காட்டில் காரில் சென்றுகொண்டிருந்தபோது ஒரு கும்பலால் கொடூரமாகத் தாக்கப்பட்டுச் சாலையில் கிடந்தார். பொதுமக்கள் அவரை மீட்டெடுத்து மருத்துவமனைக்கு அனுப்பி வைத்தனர். நான்கு முறை சிறையில் அடைக்கப்பட்டதுடன், கண்ணூர் மத்திய

சிறைச்சாலையில் நடந்த ஒரு தடியடியில் தனது வலது காதில் கேட்கும் திறனை இழந்தார்.

நம்பூதிரிபாடு, பி.டபிள்யூ.செபாஸ்டியன் ஆகியோருடன் இணைந்து இந்திய சுதந்திரப் போராட்டத்தைப் பற்றிய விழிப்புணர்வை ஏற்படுத்துவதற்காகத் திருச்சூர் நகரில் லோகமநயன் பத்திரிகையைத் தொடங்கினார். நம்பூதிரிபாடு தலைமையாசிரியராகவும், செபாஸ்டியன் அச்சகராகவும் பதிப்பாளராகவும் இருந்தனர்.

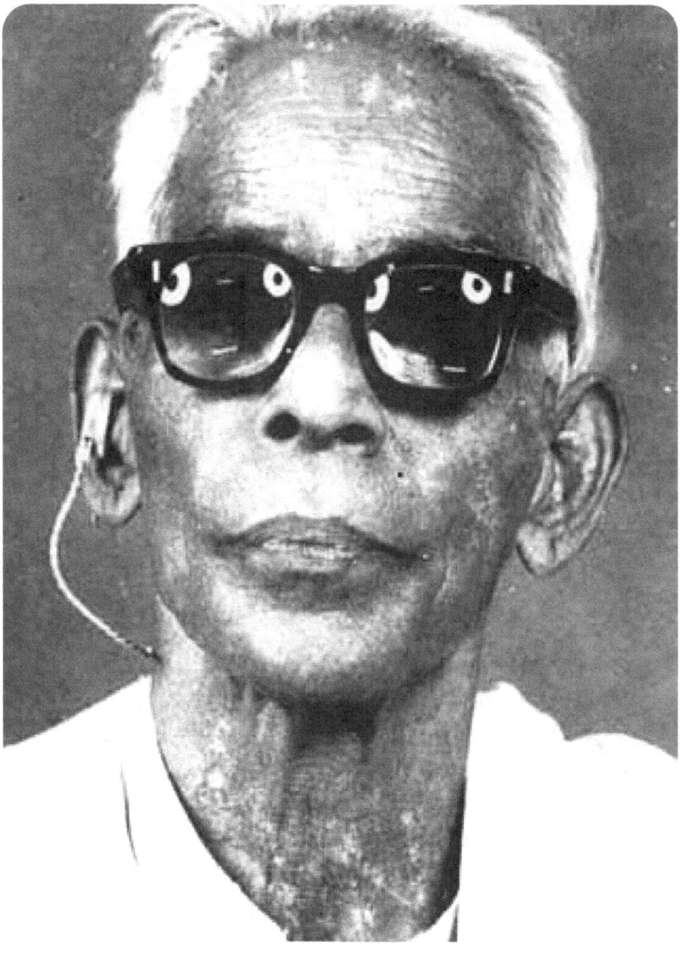

குரூர் நீலகண்டன் நம்பூதிரிபாடு, வைக்கம் சத்தியாகிரகம், உப்புச் சத்தியாகிரகம், வெள்ளையனே வெளியேறு இயக்கம், அந்நிய ஆடைகள் புறக்கணிப்பு இயக்கம், தீண்டாமைக்கு எதிரான இயக்கம் போன்றவற்றில் பங்கேற்றார். 1960ல் ஜோஸப் முண்டச்சேரியைத் தோற்கடித்து, மணலூரிலிருந்து கேரள சட்டமன்றத்திற்குத் தேர்ந்தெடுக்கப்பட்டார்.

மார்ச் 1ம் தேதி காலையில், கோயிலைச் சுற்றியுள்ள, இந்துக்களில் சிலர் மட்டும் செல்ல அனுமதி மறுக்கப்படும் பாதைகளின் வழியாகப் புலையர், ஈழவர்களுடன் பேரணியாகச் செல்லவேண்டும் என்றும், எல்லாக் குடிமக்களும் அதற்கு ஒத்துழைப்பு நல்க வேண்டும் என்றும் கே.பி.கேசவமேனன் அறிவித்தார். பின்பு அரசு அதிகாரிகள் 'முதலில் மக்களுடன் பேசுகிறோம்' என்று கேட்டுக்கொண்டதற்கு இணங்க, தள்ளிவைக்கப்பட்டு எந்தவித முன்னேற்றமும் ஏற்படாததால் சத்தியாகிரகத்துக்கு மார்ச் 30ம் தேதியைத் தேர்ந்தெடுத்தனர்.

சேலம் சி.விஜயராகவாச்சாரியார்

ஆரம்பிக்கப்படவிருந்த சத்தியாகிரகத்தை வடநாட்டிலிருந்து காந்தியடிகள் வாழ்த்திக் கடிதம் அனுப்பியிருந்தார். அப்போது சேலத்திலிருந்து காங்கிரஸின் முதுபெரும் தலைவரான விஜயராகவாச்சாரியார் திருவாங்கூர் மகாராஜாவிற்குத் தந்தி மூலம் ஒரு வேண்டுகோள் விடுத்தார்.

> 'தீண்டத்தகாதவர் எனப்படுவோரைச் சத்தியாகிரக ஊர்வலம் செல்ல ஏற்பாடாகியிருக்கும் ரஸ்தாக்களின் வழியாகச் செல்ல அனுமதி அளிக்க வேண்டுமென்று தங்களைக் கேட்டுக்கொள்கின்றேன். இந்துக்கள் அல்லாதவருக்கு இருந்துவரும் உரிமைகளை இந்துச் சமூகத்தைச் சேர்ந்த எவ்வகுப்பினருக்காவது இல்லை என்று தடுப்பதானது பெரும் அநீதியாகும். அது இந்துச் சமூகம் அனைத்திற்குமே கேடு சூழ்வதான காரியமுமாகும். மகாராஜா இந்து மதத்தின் உண்மையான தத்துவத்தை உணர்ந்து அதனை அமலுக்குக் கொண்டுவரும்படியும், உலகத்தவர் உயர்சாதி இந்துக்களைக் கண்டிக்காமல் இருக்கும்படி செய்யவும் கேட்டுக்கொள்கின்றேன். இவ்வாறு செய்யாவிட்டால் இந்தியாவின் முன்னேற்றத்திற்கும் பெரும் தடை ஏற்படும்.' (சுதேசமித்திரன், 29 மார்ச் 1924.)

மகாராஜாவுக்கு அனுப்பப்பட்ட இத்தந்தி திவானுக்கும் தனியே அனுப்பப்பட்டது.

சேலம் சி.விஜயராகவாச்சாரியார் என்றழைக்கப்படும் சக்கரவர்த்தி விஜயராகவாச்சாரியார் (18 ஜூன் 1852 - 19 ஏப்ரல் 1944) ஓர் இந்திய அரசியல்வாதியும் வழக்கறிஞரும் ஆவார். 1875ல் சென்னை மாநிலக் கல்லூரியின் ஆசிரியராகப் பணியாற்றியவர். 1882ம் ஆண்டில் சேலம் மாநகரச் சபை உறுப்பினராக அரசியலில் நுழைந்து, 1895ல் சென்னை மாநிலக் கவுன்சில் உறுப்பினராகவும், 1913ல் மத்திய சட்டமன்ற உறுப்பினராகவும் பதவி வகித்தவர். சேலத்தில் 1882ம் ஆண்டு மதக் கலவரம் ஒன்று வெடித்தது. இரு மதத்தவரிடையே கடும் மோதல். ஒரு தரப்பினரின் வழிபாட்டு இடத்தின் வெளியே இன்னொரு தரப்பினர் ஊர்வலம் சென்றபோது வெடித்த கலவரம், அதில் ஈடுபட்ட சிலருக்கு விஜயராகவாச்சாரியார் முன்னெப்போதோ வழக்குரைஞராக இருந்திருக்கிறார் என்பதைத் தவிர, அவருக்கும் அந்த நிகழ்வுக்கும் எந்தத் தொடர்பும் இல்லை.

ஆனால், அவரது சுதந்திர வேட்கையைப் பொறுக்காத ஆங்கிலேய அரசு, அவர்தான் கலவரத்தைத் தூண்டியவர் எனப் பொய்க் குற்றம் சாட்டி, அவரைச் சிறையில் அடைத்தது. பத்தாண்டுகள் அந்தமான் சிறையில் இருக்கவேண்டும் என அவருக்குத் தண்டனை வழங்கப்பட்டது. கொதித்தெழுந்த விஜயராகவாச்சாரியார், சிறையில் இருந்தபடியே, உயர்நீதிமன்றத்திற்கு மேல்முறையீடு செய்தார். தன் தரப்பு நியாயம் முழுவதையும் தெளிவாக விளக்கி, நீண்ட கடிதம் எழுதினார். அதிலுள்ள நியாயத்தைப் பார்த்த நீதிமன்றம், அவரை விசாரித்து, அவர்மேல் எந்தக் குற்றமும் இல்லை என விடுதலை செய்தது. தன்னோடு தண்டனை பெற்ற மற்றவர்களுக்காகவும் வாதாடினார் விஜயராகவாச்சாரியார். அனைவருமே விடுதலையானார்கள். ஆங்கிலேயரை எதிர்த்து நியாயம் பெற்ற அவர், 'சேலத்துச் சிங்கம்' எனப் புகழப்படலானார்.

விஜயராகவாச்சாரியார் நீதிமன்றத்தில் வாதாடும்போது, அவரது வாதத் திறமையைக் காணவென்றே மற்ற வழக்கறிஞர்களும் பொது மக்களும் நீதிமன்றத்தில்

கூட்டமாகக் கூடுவார்கள். ராஜாஜி, சேலம் விஜயராகவாச்சாரியாரின் ஜூனியர் என்பது குறிப்பிடத்தக்கது. விஜயராகவாச்சாரியார் எப்போதும் ஒரு தேசியவாதியாகவே திகழ்ந்தார். மகாத்மா காந்தியிடம் அவருக்குப் பெரும் மதிப்பிருந்தது. காந்தியம் சார்ந்த சமூக சீர்திருத்தங்களில் அளவற்ற நாட்டம் கொண்டிருந்தார், அவர். மகாத்மா சுட்டிக்காட்டிய நிர்மாணப் பணிகள் அவரைப் பெரிதும் கவர்ந்தன. அவற்றில் இயன்றவரை தம்மை ஈடுபடுத்திக்கொள்ள அவர் தயங்கவில்லை.

பெண்களுக்கு, அவர்களின் தந்தையின் சொத்தில் கட்டாயம் பங்குண்டு என்பதும் அவர் கருத்து.

இதுகுறித்தும் அவர் பல மேடைகளில் பிரசாரம் செய்திருக்கிறார். சுவாமி சாரதானந்தரின் இயக்கத்தில் சேர்ந்து தீண்டாமை ஒழிப்புக்காகப் போராடியவர்களில் விஜயராகவாச்சாரியார் முக்கியமானவர். தீண்டாமை ஒழிப்பை முன்னிறுத்தி நடத்தப்பட்ட இயக்கங்களுக்குத் தாராளமாக நிதியுதவி செய்தார் என்பதும் வரலாற்றில் பதிவாகியுள்ளது. தீண்டாமை ஒழிப்புப் பணியில், அவர் வாழ்நாள் முழுவதும் தீவிரமாக ஈடுபட்டு வந்தார்.

1924 மார்ச் 29ம் நாளே சத்தியாகிரகம் செய்ய அனைத்து ஏற்பாடுகளும் தயாராகிவிட்டன. டி.கே.மாதவன், கே.பி. கேசவ மேனன், ஏ.கே.பிள்ளை, கெ.வேலாயுத மேனன், டி.ஆர்.கிருஷ்ணசாமி ஐயர், கே.கேளப்பன் நாயர் முதலிய அனைத்துத் தலைவர்களும் வைக்கம் வந்து சேர்ந்துவிட்டனர். தொண்டர்களைச் சேர்ப்பதில் இவர்கள் பெருமுயற்சி எடுத்தனர். அமைதி வழியில் காந்திய கொள்கைகளோடு சத்தியாகிரகம் நடைபெறும் என்று அறிவுறுத்தப்பட்டது.

மார்ச் 30ம் தேதி, காலை 9.00 மணி. பொதுச்சாலையில் நடக்க கே.பி.கேசவமேனன், டி.ஆர்.கிருஷ்ணசாமி ஐயர், ஏ.கே.பிள்ளை, டி.கே.மாதவன், வேலாயுத மேனன் போன்ற தலைவர்களுடன் சேர்ந்து பல ஒடுக்கப்பட்ட சாதியினர் புறப்பட்டனர். புறப்படுவதற்கு முன் காந்தியடிகள், சுவாமி சிரத்தானந்தர், லாலா திவான் சந்த், பேராசிரியர் இந்திரா போன்றவர்கள் அனுப்பிய வாழ்த்துச் செய்தியைப் படித்தனர். காங்கிரஸ் தலைவர்களுடன் சேர்ந்து புறப்பட்ட தொண்டர்கள் தடைசெய்யப்பட்ட இடத்திலிருந்து ஏறத்தாழ 50 அடி தூரத்தை அடைந்ததும் அனைவரும் அங்கேயே நின்றனர். முதல்நாள் சத்தியாகிரகத்திற்குத் தயாராக இருந்த மூன்று சமூகங்களைச் சேர்ந்தவர்கள் (புலையர், ஈழவர், நாயர்) மட்டும் தடையை மீறிக் கைதானார்கள்.

திருவனந்தபுரத்தில் 4-4-1924 அன்று ஜார்ஜ் ஜோஸப், தலைமைச் செயலக கட்டடத்திற்குக் கிழக்கேயுள்ள திறந்தவெளியில் பொதுக்கூட்டத்தில் பேசினார். அப்பேச்சின் முடிவில் சத்தியாகிரகத்தில் கலந்துகொள்ள விரும்பும் தன்னார்வலர்கள் தங்கள் பெயர்களைத் தரவேண்டும் என்று கேட்டுக்கொண்டார். பத்துப் பேர் முன்வந்தனர். அவர்களுள் ஒருவர் பிராமணர், ஒருவர் ஈழவர், மற்றவர் நாயர். அவர்களுள் சிட்டி தாது சங்கரபிள்ளை, கே.குமார், ராமகிருஷ்ணதாஸ் என்போர் சிலர்.

ஏப்ரல் முதல் நாள் நிறுத்திவைக்கப்பட்ட சத்தியாகிரகத்தை ஏப்ரல் 7ம் தேதி மீண்டும் தொடங்கத் தலைவர்கள் தீர்மானித்தனர். அப்போது ஏப்ரல் 6ம் தேதி நன்னடத்தை ஜாமீன் தாக்கல் செய்யும்படி கே.பி.கேசவமேனன், ஏ.கே. பிள்ளை, டி.கே.மாதவன், கே.வேலாயுத மேனன், கே.கேளப்பன் நாயர், டி.ஆர்.கிருஷ்ணசாமி ஐயர் ஆகிய தலைவர்களுக்கு மாவட்ட மாஜிஸ்டிரேட் உத்தரவு பிறப்பித்தார். ஆனால் அந்த உத்தரவுக்குக் கட்டுப்பட முடியாது என்று பதிலும் அனுப்பப்பட்டது. ஏப்ரல் 7ம் தேதி டி.கே.மாதவன் மற்றும் கே.பி.கேசவ மேனன் ஆகியோர் சத்தியாகிரகம் மேற்கொண்டு கைதானார்கள். அதற்குப் பின் மதுரை ஜார்ஜ் ஜோஸப் தலைமை ஏற்றார்.

நாராயணராவ்

ரங்கூன் சட்டசபை உறுப்பினர் நாராயணராவ் சத்தியாகிரகத்திற்கு ஆதரவளித்து ஜார்ஜ் ஜோஸப்பிற்குத் தந்தி அனுப்பியிருந்தார்.

கிருஷ்ணன் நம்பூதிரிபாடு

‘நவசக்தி’ இதழ் கீழ்க்கண்டவாறு பதிவுசெய்துள்ளது:

> ‘கொச்சி, ஏப்ரல் 9: ஸ்ரீமான்கள் கேசவமேனனும் டி.கே. மாதவனும் கைதுசெய்யப்பட்டதைப் பற்றி அவர்களுக்கு வாழ்த்துக் கூறுவதாகவும், வெற்றிபெறும் வரையில் போராட்டம் நடத்தப்படும் என்று நம்புவதாகவும் சத்தியாகிரகத் தலைவர்களுக்கு மகாத்மா காந்தி பம்பாயிலிருந்து செய்தியனுப்பியுள்ளார்.’

‘ஸ்ரீமான்கள் டி.ஆர்.கிருஷ்ணசாமி ஐயரும் கிருஷ்ணன் நம்பூதிரிபாடும் இங்கு நிதியும் தொண்டர்களும் திரட்டிக்கொண்டிருக்கிறார்கள்’ என்று நவசக்தி இதழில் (11-4-1924) குறிப்பிடப்பட்டுள்ளது.

சுதேசமித்திரன்

இந்தச் சூழலில் பிராமண கருத்தியல் கொண்ட - பிராமணர்களால் நடத்தப்பட்ட - சுதேசமித்திரன் தன் தலையங்கத்தில் இந்தக் கொடிய வழக்கத்தை ஒழிக்கும்படி மகாராஜாவைக் கேட்டுக்கொண்டது.

‘அறிவுடையோர் எல்லோருமே இந்த வழக்கத்தைத் தொலைத்தால்தான் இந்திய ஜனநிர்மாணம் சாத்தியப்படும் என்பதை ஒப்புக்கொண்டிருக்கிறார்கள் என்பதால் சமஸ்தானத்திலுள்ள எல்லா வகுப்புகளின் பிரதிநிதிகளையும் மகாராஜா கூட்டிச் சத்தியாகிரகிகளின் கட்சியின் நியாயத்தை அவர்களுக்கு எடுத்துச் சொல்லி இந்தக் கொடிய வழக்கத்தைச் சகல ஜன சம்மதத்தின் மேல் ஒழித்துவிடுமாயின் பிரிட்டிஷ் இந்தியாவுக்குத் திருவாங்கூர் சால்வழி காட்டிவிடும். அப்படிச் செய்யும்படி மகாராஜாவை நாம் பிரார்த்திக்கின்றோம். அதுவரையில் எல்லோரும் எல்லா வழிகளிலும் சத்தியாகிரகிகளுக்கு உதவிசெய்ய வேண்டும்.’ *(சுதேசமித்திரன், 10-4-1924.)*

1882ம் ஆண்டில் ஜி.சுப்பிரமணிய ஐயரால் ‘சுதேச மித்திரன்’ என்ற தமிழ் வார இதழ் வெளிவந்தது. 1892ம் ஆண்டில் வார ஏடாக நடத்தப்பட்ட ‘சுதேச மித்திரன்’ தமிழ் நாளேடாக வெளிவந்து நீண்ட நெடுங்காலமாகத் தமிழ்நாட்டு அரசியலுக்குத் தொண்டாற்றியது. இதன் ஆசிரியரான ஜி.சுப்பிரமணிய ஐயர்தான், 1885ம் ஆண்டில் பம்பாய் நகரில் தொடங்கப்பட்ட அகில இந்திய தேசியக் காங்கிரஸ் பேரவைக் கூட்டத்தில் பங்கேற்ற பத்திரிகையாளர்களிலே ஒருவராவார். இதே ஜி.சுப்பிரமணிய ஐயர்தான், ‘தி இந்து’ (The Hindu) என்ற ஆங்கில நாளேட்டிற்கும் உரிமையாளராக இருந்தார். எனவே, இந்த வீரதீரமான பத்திரிகையாளரே விடுதலைப் போரில் ஈடுபாடு கொண்ட முதல் பத்திரிகையாளர் என்றும் கூறலாம். மதராஸ் மாகாணம் என அழைக்கப்பட்ட, அக்காலத்தில் அங்கு அதிக விற்பனையைக் கொண்ட தமிழ் நாளிதழாக சுதேசமித்திரன் திகழ்ந்தது. தவிர கீழ் மற்றும் மேல் பர்மா (மியான்மர்), இலங்கை, பினாங்கு, சிங்கப்பூர், மலாய் மாநில கூட்டாட்சி, சுமத்திரா, போர்னியோ, கொச்சின் ராச்சியம், சீனா மற்றும் தென் மற்றும் கிழக்கு ஆப்பிரிக்கா என விற்பனை விரிந்திருந்தது. மகாகவி பாரதியார் தனது 22ம் வயதில் 1904ம் ஆண்டில் உதவி ஆசிரியராகப் பணிபுரிந்துள்ளார். இருபதாம் நூற்றாண்டின் தமிழ் இலக்கிய வளர்ச்சியில் சுதேசமித்திரனின் பங்கு சிறப்பானது. அனுபவமிக்க க.நா.சுப்பிரமணியம், மு.வரதராசனார் மற்றும் எஸ்.டி.எஸ்.யோகி என்று பலரின் ஆக்கங்களை ஏந்தி வந்திருக்கிறது.

ஏப்ரல் 11ம் தேதி பாரிஸ்டர் ஜார்ஜ் ஜோஸப், கே.ஜி.நாயர், பி.டபிள்யூ.செபாஸ்தியன், குருவிளை மாத்யூ ஆகியோர் கைதுசெய்யப்பட்டனர். சத்தியாகிரகத் தகவல்களை

காந்தியடிகளுக்கு அனுப்பி, அவரது அறிவுரைகளைப் பெறும் பொறுப்பை முதலில் கே.பி.கேசவமேனனும், பிறகு ஜார்ஜ் ஜோஸப்பும் அவரது கைதுக்குப் பிறகு டி.ஆர்.கிருஷ்ணசாமி ஐயரும் ஏற்றிருந்ததை உணர முடிகிறது. அலுவலகப் பொறுப்பை கிருஷ்ணன் நம்பூதிரி ஏற்றுக்கொண்டார். டி.ஆர்.கிருஷ்ணசாமி ஐயர் ஓர் அறிக்கையும் வெளியிட்டார்.

> 'தொண்டர்களைக் கைதுசெய்வதை நிறுத்திவிட்டதால் புதிய முறையில் இனிப் போராட்டம் நடத்த வேண்டியுள்ளதாயிருக்கிறது. அரசாங்கமும் இந்துச் சமூகத்தில் பிற்போக்கு உடையவர்களும் ஒரு தரப்பில் இருக்கிறார்கள். இந்துச் சமூகத்தில் முற்போக்கான அபிப்பிராயமுடையவர்களும் காங்கிரஸ்காரரர்களும் மற்றொரு தரப்பில் இருக்கிறார்கள்.' *(சுதேசமித்திரன் 11-4-1924.)*

வைக்கம் சத்தியாகிரகத்திற்கு ஆதரவாகத் திருவாங்கூர் சட்டசபை அங்கத்தினர்கள் ஆதரவாக இருந்தனர். இதுபற்றித் திருவனந்தபுரம் டெய்லி நியூஸ் பின்வருமாறு கூறுகிறது:

> 'திருவனந்தபுரத்தில் பெரியதொரு பொதுக்கூட்டம் கூடியது. அதில் திருவனந்தபுரம் சட்டசபை அங்கத்தினர் ஒருவர் தலைமை வகித்தார். சட்டசபை அங்கத்தினர்களான பல பிராமணர்களும் நாயர்களும் அதில் பிரசங்கம் செய்தனர். எல்லோரும் வைக்கம் கோயிலைச் சுற்றியுள்ள ரஸ்தாவை உபயோகிக்கக்கூடாது என்று தீண்டத்தகாதவர் எனப்படுவோரைத் தடுத்திருப்பதைப் பலமாகக் கண்டித்தனர். சட்டசபை அங்கத்தினரான டாக்டர் எம்.என். பிள்ளை திருவனந்தபுரத்திலுள்ள ஸ்ரீபத்மநாப சுவாமி கோயிலைச் சுற்றியுள்ள ரஸ்தாக்களின் வழியாக எல்லா ஜாதியாரும் போக அனுமதிக்கப்பட்டிருக்கும்போது, வைக்கம் கோயிலைச் சுற்றியுள்ள ரஸ்தாக்களின் வழியாக நடந்துசெல்வதற்கு மாத்திரம் ஏன் இவ்வளவு நிபந்தனைகள் ஏற்பட்டிருக்க வேண்டும் என்பது தமக்குத் தெரியவில்லை என்று கூறினார்.' *(டெய்லி நியூஸ், 12-4-1924.)*

முக்கியத் தலைவர்கள் கைதுசெய்யப்பட்ட பிறகு டி.ஆர். கிருஷ்ணசாமி ஐயர் காந்தியடிகளுக்கு ஒரு தந்தி அனுப்பினார். அதில்,

> 'எல்லாத் தலைவர்களும் கைதாகிவிட்டனர். 10ம் தேதி முதல் தொண்டர்கள் அன்ன பானமின்றிச் சத்தியாகிரகம் செய்துவருகின்றனர். யாரும் கைது செய்யப்படவில்லை, நான் காத்துக்கொண்டிருக்கிறேன். வைக்கத்துக்குப் போனால் உடனே கைதியாவது நிச்சயம். தயவுசெய்து யாரையாவது அனுப்புங்கள்.' (சுதேசமித்திரன், 14-4-1924.)

ஏப்ரல் 13ம் தேதி ஈவெரா வைக்கம் வந்தார். அன்று மாலை மதுரதாஸ், துவாரகதாஸ், நாராயணசாமி முதலிய தலைவர்களும், திருவனந்தபுரத்திலிருந்து 17 பேர் அடங்கிய தொண்டர் குழுவும் அங்கே வந்து சேர்ந்தனர். ஈவெரா வைக்கத்திலேயே தங்கியிருந்த நாட்களில், சத்தியாகிரகிகளின் தலைமைப் பொறுப்பில் குரூர் நீலகண்டன் நம்பூதிரிபாடே இருந்தார். ஈவெரா, ராமுண்ணி மேனன், குரூர் நீலகண்டன் நம்பூதிரிபாடு, மதுரதாஸ் புருஷோத்தம், ஜெயராம் தாம், டி.ஆர்.கிருஷ்ணசாமி ஐயர் ஆகியோர் கலந்தாலோசித்து, தீண்டாமை ஒழிப்புக் குழுவின் தலைமையிடத்தைக் கொச்சிக்கு மாற்றினார்கள். டி.ஆர்.கிருஷ்ணசாமி ஐயரிடம் பொறுப்பையும் ஒப்படைத்தார்கள். ஸ்ரீமான் டி.ஆர்.கிருஷ்ணசாமி ஐயருக்கு மகாத்மாவிடமிருந்து ஒரு தந்திச் செய்தி வந்தது. அதில், 'பலர் கைது செய்யப்பட்டிருப்பதைக் குறித்துச் சத்தியாகிரகிகளுக்கு வாழ்த்துக் கூறுகிறேன். தகுந்த ஏற்பாடு செய்யாமல் வலியச் சிறை செல்லவேண்டாம். மறுபடியும் தந்தியனுப்புகிறேன். எழுத்து மூலமாக விவரமாய் நிலைமையைப் பற்றி எழுதவும்' என்று காந்தியடிகள் தந்தி அனுப்பியிருந்தார்.

ஸ்ரீமான் கிருஷ்ணசாமி ஐயர் மகாத்மாவுக்குக் கீழ்க்கண்ட பதிலை அனுப்பியிருக்கிறார்.

> 'தங்களுடைய செய்தி கிடைத்தது, மிக்க வந்தனம். தகுந்த ஏற்பாடுகள் செய்யப்பட்டு வருகின்றன. சத்தியாகிரகிகள் உறுதியாக இருக்கின்றனர். உண்ணாவிரதத்தை நிறுத்திவிடும்படி செய்தியனுப்பிவிட்டோம். இனிச் சத்தியாகிரக காரியாலயம் என்னுடைய பார்வையில் இங்கேயே இருக்கும் – கிருஷ்ணசாமி' (நவசக்தி, 18-4-1924.)

ஜார்ஜ் ஜோஸப், செபாஸ்டியன் ஆகிய கிறித்துவத் தலைவர்களின் சிறைத் தண்டனை குறித்து எழுதிய சுதேசமித்திரன், சத்தியாகிரகத்திற்குத் தன் ஆதரவை மீண்டும் நீண்ட தலையங்கத்தின் மூலம் உறுதிப்படுத்தியது.

> ‘முதலில் சத்தியாகிரகிகள் வைக்கம் அக்கிரகாரத்தில் நடந்துசெல்ல முயன்று கைதியாக்கப்பட்டு வந்தனர். சென்ற வாரம் வியாழன் முதல் (ஏப்ரல் 10) ஒரு மாறுதல் ஏற்பட்டது. காவல்துறையினர் சத்தியாகிரகிகளைக் கைதுசெய்யாமலே எதிர்நின்று வழிமறிக்க ஆரம்பித்தார்கள். சத்தியாகிரகிகள் வழிமறிக்கப்பட்ட இடத்திலேயே உட்கார்ந்து பட்டினி கிடந்தார்கள். இந்த (பட்டினி) முறை அனாவசியம் என்பதாக மகாத்மா காந்தி தெளிவான முகாந்திரங்களுடன் எடுத்துக்காட்டியுள்ளார். மகாத்மாவின் அபிப்பிராயம் தெரியவந்தது முதல் சத்தியாகிரக முறை மறுபடி மாறுதல் அடைந்திருப்பதாகக் கிடைத்த தந்திகளிலிருந்து தெரிய வருகிறது. கூட்டம் கூட்டமாகச் சென்று முன்கூட்டத்தவர்கள் ஊண் புசிக்கவும், சத்தியாகிரகம் நடந்துகொண்டே போகவும் அனுகூலமாக நடந்து வருகிறது. வைக்கத்தில் நடக்கும் இவ்வியக்கம் இந்தியாவெங்கும் ஒரு உணர்ச்சியை உண்டு பண்ணிவிட்டது’

என்று சத்தியாகிரகத்தைப் பாராட்டியது சுதேசமித்திரன்.

> ‘தாழ்ந்த பிராணிகளும்கூட அனுபவிக்கும் உரிமைகள் மனிதனுக்கு மறுக்கப்படும் வழக்கம் தர்ம விரோதமானது என்பதைச் சமஸ்தானாதிபதிகளுக்கு வற்புறுத்துகிறோம். மகாராஜாவையோ திவான் அவர்களையோ பேட்டி கண்டு விஷயங்களை எடுத்துச் சொல்லலாம் என்று மகாத்மா அவர்கள் யோசனை சொல்லியிருக்கிறார். அந்த யோசனையையும் கவனித்துத் தகுந்த ஏற்பாடுகள் செய்யவேண்டும்’

என்று சுதேசமித்திரன் (15-4-1924) தலையங்கம் கேட்டுக்கொண்டது.

தலைவர்கள் கைதுசெய்யப்பட்டு விட்டதால் போராட்டத்தை வழிநடத்த கிருஷ்ணன் நம்பூதிரி மற்றும் எம்.என்.நாயரும் கொண்ட ஒரு குழுவை ஏற்படுத்தினர். பொருளாளராக கொச்சி வியாபாரி பிக்ரஜ்ஜி ஜெயராம் நானு நியமிக்கப்பட்டார்.

நவசக்தி இதழ் கூறுகிறது:

> ‘கொச்சி, ஏப்ரல் 14: தலைவர்கள் பலர் சிறை புகுந்துவிட்டபடியால், சத்தியாகிரகத்தை நடத்த ஸ்ரீமான்கள் கிருஷ்ணன் நம்பூதிரிபாத், எம்.என்.நாயர் என்னும் இருவரும் அடங்கிய அவசரக் கமிட்டி ஒன்று அமைக்கப்பட்டிருக்கிறது.’ (நவசக்தி, 18-4-1924.)

எஸ்.ஸ்ரீனிவாச ஐயங்கார்

> ‘16ம் தேதி ஸ்ரீமான் எஸ்.ஸ்ரீனிவாச ஐயங்கார், இன்று மாலை இங்கு வந்து சேர்வார். சேலத்திலிருந்து ஸ்ரீமான் இராஜகோபாலாச்சாரியார் அவசியமானால் தாம் வைக்கத்திற்கு வந்து சேர்வதாகத் தந்தியடித்திருக்கிறார்.’ ((நவசக்தி 18-4-1924.)

ஏப்ரல் 16ம் நாள் மாலையில் சத்தியாகிரக நிலவரத்தை நேரில் பார்த்துத் தெரிந்துகொள்வதற்காக ஸ்ரீனிவாச ஐயங்கார் சென்னையிலிருந்து வைக்கம் வந்து சேர்ந்தார்.

ஸ்ரீனிவாச ஐயங்கார், செப்டம்பர் 11, 1874 அன்று ராமநாதபுரம் மாவட்டத்தின் முக்கிய நிலக்கிழாரான சேஷாத்திரி ஐயங்கார் என்பவருக்கு மகனாகப் பிறந்தார். அவரது பெற்றோர்கள் ஸ்ரீ வைணவ பிராமணர்கள் வகுப்பைச் சேர்ந்தவர்கள். மதுரையில் பள்ளிப் படிப்பினை முடித்தார். அவர் இந்திய தேசிய காங்கிரஸின் வழக்கறிஞர், சுதந்திர போராட்ட வீரர் மற்றும் அரசியல்வாதியும் ஆவார். மெட்ராஸ் உயர்நீதிமன்றத்தில் வழக்கறிஞராகப் பணியாற்றி 1916ல் அட்வகேட் ஜெனரலாக உயர்ந்தார். பார் கவுன்சில் உறுப்பினராகவும் பணியாற்றினார் மற்றும் ஆளுநரின் நிர்வாகக் குழுவின் சட்ட உறுப்பினராகவும் நியமிக்கப்பட்டார். அவர் தனது அட்வகேட்-ஜெனரல் பதவியை ராஜினாமா செய்தார், ஆளுநர் நிர்வாகக் குழுவில் தனது இருக்கையை ராஜினாமா செய்தார்.

ஜாலியன் வாலாபாக் படுகொலைக்கு எதிர்ப்புத் தெரிவிக்கும் வகையில் 1920ல் தனது C.I.E. ஐத் திரும்ப அளித்து இந்திய தேசிய காங்கிரஸில் சேர்ந்தார். ஒத்துழையாமை இயக்கத்தில் பங்கேற்றார். ஐயங்கார் தமிழ்நாடு காங்கிரஸ் கமிட்டியின் தலைவராகவும், பின்னர் சென்னை மாகாண சுயராஜ்யக் கட்சியின்

தலைவராகவும் பணியாற்றினார், மேலும் 1926 தேர்தலில் பெரும்பான்மை பெற்றபோதிலும், மாகாணத்தில் ஆட்சியமைக்க மறுத்தபோது கட்சியின் தலைவராக இருந்தார். ஐயங்கார் 1920ம் ஆண்டு திருநெல்வேலியில் நடைபெற்ற சென்னை மாகாண மாநாட்டிற்குத் தலைமை தாங்கினார் மற்றும் அகமதாபாத் (1921), கயா (1922), காக்கிநாடா (1923), டெல்லி (1923), பெல்காம் (1924), கான்பூர் (1925),கௌஹாத்தி ஆகிய இடங்களில் நடைபெற்ற காங்கிரஸ் அமர்வுகளில் பங்கேற்றார். ஐயங்கார் 1926ல் கௌகாத்தி காங்கிரஸின் கூட்டத்திற்குத் தலைமை தாங்கினார். இந்து - முஸ்லிம் ஒற்றுமையை நிலைநிறுத்தும்

தீர்மானத்தை நிறைவேற்றக் கடுமையாக உழைத்தார், இரு சமூகங்களின் அரசியல் தலைவர்களிடையே ஒரு தற்காலிக அரசியல் உடன்பாட்டைக் கொண்டுவந்தார். 1927ல் ஸ்வராஜ் அரசியலமைப்பை வெளியிட்டார். இது எதிர்கால இந்தியாவுக்கான கூட்டாட்சி அரசாங்கத்தின் திட்டத்தைக் கோடிட்டுக் காட்டுகிறது. பிற்கால வாழ்க்கையில், அவர் இந்திய சுதந்திர லீக்கை நிறுவினார் மற்றும் சைமன் கமிஷனுக்கு எதிராகப் போராட்டங்களை ஏற்பாடு செய்தார். டொமினியன் அந்தஸ்து குறித்து மற்ற காங்கிரஸ் அரசியல்வாதிகளுடன் ஏற்பட்ட கருத்து வேறுபாடு காரணமாக அவர் அரசியலில் இருந்து ஓய்வுபெற்றார். 19-5-1941 அன்று, ஐயங்கார் சென்னையிலுள்ள அவரது வீட்டில் இறந்தார்.

திருவாங்கூர் அரசுக்குச் சார்பான கருத்துடைய 'சுதர்ஸனம்' என்ற வாரம் மும்முறை திருவனந்தபுரத்திலிருந்து வெளிவந்த இதழ், எஸ்.ஸ்ரீனிவாச ஐயங்காரின் கேரள வருகையை வரவேற்று எழுதியது. 'அவர் எந்த முடிவுக்கும் வருமுன், அரசின் தீண்டாதார் ஆதரவுச் செயல்பாடுகளைக் கவனிக்கத் தவறிவிடக்கூடாது' என்று கேட்டுக்கொண்டது. 'திருவாங்கூர் மக்களின் ஒரு பகுதியினர் அனுபவிக்கும் தீவிரமான சமூக அரசியல் இயலாமைகளிலிருந்து அவர்களை விடுவிக்கத் தொடர்ந்து செயல்படும் அரசின் முயற்சிகள் அவர் முன் பிரதானமாக இருக்க வேண்டும்' என்றது. (சுதர்ஸனம், 17-4-1924.)

அவர் மறுநாள், சங்கனாச்சேரி பரமேசுவரன் பிள்ளை, மன்னத்து பத்மநாப பிள்ளை, காவல்துறை ஆணையாளர் பிட், காவல் துணைக் கண்காணிப்பாளர், மாவட்ட நீதிபதி, அசோசியேட்டட் பிரஸ்ஸின் பிரதிநிதி, வழக்கறிஞர் கம்மத் ஆகியோருடன் சேர்ந்து கோயிலின் நான்கு புறமுமுள்ள சாலைகளையும், தடைசெய்யப்பட்ட இடங்களையும் நடந்துசென்றே பார்வையிட்டார். தடைசெய்யப்பட்ட சாலைகளில் நிற்கின்ற மரங்களில் 'பி.டபிள்யூ.டி.' என்ற எழுத்துகள் பொறிக்கப்பட்டிருப்பதைப் பற்றி ஸ்ரீனிவாச ஐயங்கார், மாவட்ட நீதிபதியிடம் கேட்டபொழுது, 'அது தவறுதலாக நடந்துவிட்டது' என்று மாவட்ட நீதிபதி சொன்னார். இதைக் கேட்டு அருகில் நின்றவர்கள் சிரித்தனர்.

சத்தியாகிரகத்தை முடிவுக்குக் கொண்டுவரவும், பொது வழிகளைப் பொதுமக்களுக்குத் திறந்து கொடுக்கவும் ஸ்ரீனிவாச

ஐயங்கார் முயன்றார். வட்டிப் பணம் சம்பந்தமான ஒரு வழக்கை நடத்தினால் ரூ.25,000 கிடைக்கும் என்ற நிலையிருந்தும், அதனைப் புறக்கணித்துவிட்டு அவர் வைக்கத்திற்கு வந்து நடமாடும் உரிமையை நிலைநாட்ட முயன்று தோல்வியையே கண்டார். ஏப்ரல் 18ம் நாள், தானே சத்தியாகிரகத்தை நடத்துவதாகச் சொன்னார். ஆனால், அன்று துக்க வெள்ளி என்பதால் சத்தியாகிரகம் நடைபெறாது என்பதை அறிந்து வருந்தினார். சென்னை சென்றதும் சத்தியாகிரகத்திற்குப் பணம் அனுப்புவதாகச் சொன்னார். பிறகு திருவனந்தபுரம் வழியாக சென்னை செல்ல முடிவெடுத்துப் புறப்பட்டார்.

> ‘ஸ்ரீனிவாச ஐயங்கார் வைதிகர்களுக்கு எவ்வளவோ எடுத்துரைத்தும் அவர்கள் கேட்கவில்லை. நாளைய தினம் (20-4-1924) காலை அவர் மகாராஜாவைக் கண்டு பேசுவார். மகாராஜாகூட விட்டுக்கொடுக்க மறுத்துவிட்டால் நிலைமை பயங்கரமாகிவிடும். சத்தியாகிரகிகள் புதிய முறைகளை ஆரம்பிப்பர்’

என்று சுதேசமித்திரன் (19-4-1924) செய்தி வெளியிட்டிருந்தது.

19-4-1924 சனிக்கிழமை மாலை டி.எஸ்.சொக்கலிங்கம் பிள்ளையுடன் கொல்லத்திலிருந்து திருவனந்தபுரம் வந்த எஸ்.ஸ்ரீனிவாச ஐயங்கார் அங்கு ராவ்பகதூர் வீரராகவ ஐயங்காரின் விருந்தினராகத் தங்கினார். சிறையிலிருந்த ஜார்ஜ் ஜோஸப், கேசவ மேனன், டி.கே.மாதவன் ஆகியோர்களைச் சந்தித்துப் பேசினார். மன்னரையும், ஆக்டிங் திவானையும், பிற முக்கியப் பிரமுகர்களையும் சந்தித்து வைக்கம் சத்தியாகிரகம் சம்பந்தமாகப் பேச்சுவார்த்தை நடத்தினார். அதன்பின் ஓர் அறிக்கையை அவர் வெளியிட்டார்:

> ‘வைக்கம் சத்தியாகிரகப் போராட்டத்துக்கு ஆள் பலம் – பண பலம் மூலம் உதவிசெய்ய வேண்டியது இந்த மாநிலத்தைச் சேர்ந்தவர்களின் முக்கியமான கடமையாகும். இந்தப் போராட்டத்தைப் பற்றித் திருவிதாங்கூர் பொதுமக்களின் கருத்து இங்கே இருப்பவர்களின் கருத்தைவிட மாறுபட்டதா என்றும், நமது கருத்தை மாற்றும் வண்ணம் வைக்கம் கோயிலைச் சுற்றியுள்ள சாலைகளைப் பற்றி எதுவேனும் தனித்தன்மை உண்டா என்றும் நேரில் சென்று அறியவேண்டும் என்று நினைத்தேன். இது சம்பந்தமாக காங்கிரஸ்காரர்களின் சார்பாக மன்னரை நேரில் சந்தித்துப் பேசவேண்டும்

என்றும் விரும்பினேன். வைக்கம், திருவனந்தபுரம், திருவிதாங்கூரின் ஏனைய பாகங்களுக்கு நான் சென்ற வரையில் என் கருத்து இன்னும் அதிகமாக உறுதிப்படவே செய்கின்றது. தீண்டாமையை ஒழிக்கும் விஷயத்தில் திருவிதாங்கூரிலுள்ள அனுகூலமான கருத்து நாம் நினைத்ததைவிட பலம் வாய்ந்ததாகவே இருக்கின்றது.

நாயர்களில் பெரும்பான்மையினரும் இந்த விஷயத்தில் அனுகூலமான கருத்தைக் கொண்டவர்கள்தான். தமிழ்நாட்டிலிருந்து வந்து வாழ்கின்ற பிராமணர்களில் சிலர் இதை மறுத்தாலும் அவர்களிலும் பெருவாரியானவர்கள் இதற்கு ஆதரவளிப்பவர்களாகவே உள்ளனர். நம்பூதிரிகள் அனைவரும் இந்தப் போராட்டத்திற்குப் பகைவர்கள்தான் என்றாலும் கொச்சியிலோ மலபாரிலோ உள்ளதைப்போல இவர்களுக்கு அங்கே வலிமை கிடையாது. வைக்கம் கோயிலுக்கு வெளியேயுள்ள சாலை வழியாகத் தீண்டாமைச் சாதியினர் செல்கின்ற விஷயத்தில், அந்த இடத்திலுள்ள நம்பூதிரிகளும் மிகச் சில நாயர்களும் பகைமை பாராட்டுகின்றனர். நம்பூதிரிகள் கோயிலை நம்பி வாழ்பவர்களாதலால் அவர்களின் கருத்துக்கு மதிப்பளிக்க வேண்டியதில்லை.

இது சம்பந்தமான தங்களின் கருத்தை என்னிடம் கூறியதற்கும், திருவாளர்கள் ஜார்ஜ் ஜோஸப், கே.பி. கேசவமேனன், டி.கே.மாதவன் ஆகியோரைச் சந்திப்பதற்கான வசதியை எனக்கு உருவாக்கிக் கொடுத்ததற்கும் வைக்கத்திலுள்ள அதிகாரிகளுக்கும் மன்னருக்கும் ஆக்டிங் திவான் அவர்களுக்கும் நான் கடமைப்பட்டிருக்கின்றேன்.

திருவிதாங்கூர் உயர்நீதிமன்றத்திலுள்ள ஒரு பழைய சட்டத்தின்படி கிராம வீதிகள், பிற பொது வீதிகளைப் போன்றவை அல்ல என்றும், ஆனால் அவை சில நடைமுறை வழக்கங்களின்படி பயன்படுத்தி வருகின்ற பொதுவழிகளே என்றும் தெரிகின்றது. ஆனால், வைக்கம் கோயிலைச் சுற்றியுள்ள விவாத வீதி கிராம வீதியா என்பதைப் பற்றியல்ல இங்கே சிந்திக்க வேண்டியது. இந்தச் சாலைகள் கோயிலுக்குச் சொந்தமானவையா என்பதும், கோயிலினுள் செல்வதற்கு உரிமை

உள்ளவர்களுக்கு மட்டும்தான் அந்த வழியாகச் செல்ல உரிமை உண்டா என்பதும்தான் இங்கே நாம் தெரிந்துகொள்ள வேண்டியவை.

அதிகாரிகளிடமும், அதிகாரிகள் அல்லாதவர்களிடமும் இருந்து எனக்குக் கிடைத்த தகவல்களின்படி பார்த்தால் விவாத வீதி பொது வழிதான் என்று எனக்கு உறுதியாகின்றது. தனியார் சொத்தோ, கோயில் சொத்தோ ஆன இடத்தில் பொதுமக்களுக்குச் செல்ல உரிமையில்லை என்று எண்ணுவதில் எந்தவித நியாயமும் இல்லை. பொதுமக்களின் போக்குவரத்துக்குரிய ஓர் இடம் பொதுச் சொத்தாகவோ அரசுச் சொத்தாகவோ இருக்கவேண்டும் என்ற அவசியம் இல்லை.

இரண்டாவதாக, சவர்ண இந்துக்களும், முஸ்லிம் – கிறித்தவர் போன்ற இந்துக்கள் அல்லாதவர்களும் இந்தச் சாலைகள் வழியாகத் தாராளமாகச் சென்று வருவது அவை பொதுமக்களுக்காக அனுமதிக்கப்பட்டுள்ள வழிகளே என்பதை உறுதிப்படுத்துகின்றன. பொதுப்பணித்துறை இந்தச் சாலைகளைப் பராமரித்து வரவில்லை என்று அரசு கூறுகின்றது. சாலையில் விளக்கேற்றுவது, சாலையைச் சுத்தம் செய்வது முதலியவை நகராட்சி நிர்வாகத்தின் மேற்பார்வையிலேயே நடைபெற்று வருகின்றன. இந்தச் செய்தியே மேற்கண்ட கூற்றின் வலிமையைக் குறைப்பதுடன், இந்தச் சாலைகள் பொதுவழிகளே என்பதைத் தெளிவுபடுத்தவும் செய்கின்றன.

சாலையின் இருபுறங்களிலும் உள்ள மரங்கள் அனைத்தும் 'பி.டபிள்யூ.டி' என்ற அடையாளம் இடப்பட்டவையாகும். பொதுப்பணித் துறைக்கு இந்தச் சாலைகளுடன் எந்தவித தொடர்பும் கிடையாது என்ற அரசின் வாதத்தை மறுக்க இது ஒரு நல்ல சான்றாகும். கோயிலைச் சுற்றியுள்ள சாலைகளுக்கு அருகில் உள்ளவையும், சாலையை முற்றமாகக் கொண்ட வீடுகளும் கோயில் சொத்துகள் அல்ல. இவற்றில் ஒரு வீட்டை எவரேனும் ஒரு தாழ்த்தப்பட்ட இனத்தைச் சேர்ந்தவர் வாங்குவதைத் தடைசெய்யும் சட்டமும் திருவிதாங்கூரில் இல்லை.

அரசின் வாதம், கேவலம் சட்டத்தை மட்டுமே அடிப்படையாகக் கொண்டது. பொது வழிகளில்

நடமாடத் தீண்டாமை சாதியினரைத் தடுக்கும் வழக்கம் நியாயமான வழக்கம் அல்ல. 'பொதுமக்கள் செல்வதைத் தடைசெய்வதாக' எழுதிவைக்கப்பட்டுள்ள விளம்பரப் பலகைகள் அண்மையில்தான் அங்கே வைக்கப்பட்டிருக்கின்றன என்பது மிகவும் முக்கியமான செய்தியாகும். இதற்கு முன்பு வைக்கப்பட்டிருந்த விளம்பரப் பலகைகளில், 'தீண்டாமைச் சாதியினர் செல்லக்கூடாது' என்று மட்டுமே எழுதப்பட்டிருந்தது. அதைப் பொதுவழி என ஒப்புக்கொண்டிருந்தார்கள் என்பதும், வெறும் நடைமுறை வழக்கத்தை அடிப்படையாகக் கொண்டு மட்டுமே அத்தகைய ஒரு விளம்பரப் பலகையை வைத்தார்கள் என்பதும் இதிலிருந்து தெரிகின்றது.

சத்தியாகிரகம் தொடங்குவதற்கு முன்பு காங்கிரஸ்காரர்கள் மகாராஜாவிடமும் திவானிடமும் நேரில் சென்று மனு கொடுத்திருக்க வேண்டும் என்பதை நான் ஒத்துக்கொள்கிறேன். ஆனால், அதைப் பெரிதுபடுத்த வேண்டிய அவசியம் இல்லை. அவர்களுக்காக இப்பொழுது நான் அதைச் செய்தேன். இந்த விஷயத்தைப் பற்றி நான் மகாராஜாவிடமும் அதிகாரிகளிடமும் பேசியபொழுது இரண்டு விஷயங்களைப் பற்றி அவர்கள் கருத்து தெரிவித்தனர். ஆனால், அவை இரண்டுமே திருப்திகரமானதாக இல்லை.

இந்தச் சொத்து கோயில் வகை என்ற காரணத்தைக் காட்டி முஸ்லிம்களையும் கிறித்தவர்களையும்கூட அந்த வழியாகச் செல்ல அனுமதிக்கக்கூடாது என்பது ஒன்று. இதனுடன் ஒத்துப்போக நமக்கு முடியாது. இதனால் மூன்று சமுதாயத்தினருக்கும் இடையே நிலவும் ஒற்றுமையில் விரிசல் உண்டாகும். சஞ்சார உரிமையைப் பரவலாக்குவதற்குப் பதிலாக இந்த ஏற்பாடு அதனைச் சுருக்கவே செய்யும்.

இரண்டாவது கருத்து: முடிந்தவரையில் கோயிலுக்குச் சமீபமாக அனைவரும் செல்வதற்கு ஏற்ற வகையில் புதிய சாலையை உருவாக்க வேண்டும் என்பதே. நடைமுறைச் சாத்தியக் கூறுகளை அடிப்படையாகக் கொண்டு பார்த்தால் அது தாராளமாகப் போதுமானதுதான்.

ஆனால், இங்கே விஷயம் அதுவல்ல. இத்தகைய ஒரு சாலையை உருவாக்குவதனால் சமுதாயத்திற்கும் பொதுமக்களுக்கும் ஏற்படுகின்ற அவமானம், அதாவது மரியாதை இன்மை நீங்காது. நேர்மாறாக, தீண்டாமையை நாட்டில் நிரந்தரமாக இருக்கை செய்து தொல்லையை இன்னும் அதிகரிக்கச் செய்யவே இது உதவும்.

அதனால் வைக்கம் சத்தியாகிரக இயக்கம் முழுமையாக ஏற்றுக்கொள்ளக்கூடியதே என்றும், எதிர்த் தரப்பினரின் மனநிலை மாறுவதுவரை இந்தப் போராட்டம் தொடரவேண்டும் என்றும் எனக்குத் தோன்றுகின்றது. கைதுசெய்யும் போக்கு தொடர்ந்துகொண்டு இருக்குமாயின் வெற்றி விரைவில் கிடைக்க வாய்ப்பு உண்டு.

அரசின் இடத்திலிருந்து பார்க்கும்பொழுது அறிவுபூர்வமான இந்தப் புதிய அணுகுமுறையில் சத்தியாகிரகத் தொண்டர்களுக்கு உறுதியும் அறிவுபூர்வமான அகிம்சையும் மிகவும் இன்றியமையாதவை. தேவைப்படும்போது உதவுகின்ற வகையில் எல்லா இடங்களிலும் தேவையான வசதிகள் செய்யப்படுகின்றன என்பதை அறிந்து மகிழ்ச்சியடைகின்றேன். திருவிதாங்கூர்காரர்கள் மிகவும் உற்சாகம் கொண்டவர்களாக இருக்கின்றார்கள்; தொண்டர்களும் பெருமளவில் அங்கே கிடைக்கின்றார்கள். எனினும் தமிழ்நாட்டு மக்களும் தயாராக இருக்கவேண்டும்; தேவை ஏற்படும்பொழுது அங்கே செல்ல நாமனைவரும் தயாராக இருக்கவேண்டும். இந்தப் போராட்டத்திற்காக நாம் உடனே செய்யவேண்டியது பண உதவிதான்.

கல்வி நிலைய நுழைவு அனுமதி அளித்தும், பிற வசதிகள் செய்துகொடுத்தும் மன்னரின் கீழ் இயங்கும் அரசு ஈழவர் முதலியவர்களின் நிலையை உயர்த்த முயலுகின்றது என்பதில் ஐயம் இல்லை. ஆனால், அந்தச் செயல்கள் வைக்கம் சாலை போன்ற சாலைகளில் (அவை கிராம வீதியாகவோ, கோயில் வீதியாகவோ இருக்கட்டும்) பயணம் செய்வதைத் தடைசெய்கின்ற அரசின் போக்கை நியாயப்படுத்தாது.

கடைசியாக, பல்வேறு கருத்துகள் கொண்ட அனைத்துப் பிரமுகர்களும் தங்கள் குறிக்கோளாக நினைத்து

வைக்கம் சென்று ஓரிரு நாள் தங்கவேண்டும் என்று நான் அவர்களுக்கு வேண்டுகோள் விடுக்கின்றேன்.'

ஸ்ரீனிவாச ஐயங்காரின் இந்த அறிக்கை அப்போதைய இந்து நாளேட்டில் முழுமையாக வெளிவந்திருக்கிறது.

நவசக்தி இதழ் கூறுகிறது:

'நேற்றுப் பிற்பகலில் ஸ்ரீமான் நீலகண்டன் நம்பூதிரிபாத், சாலையின் வழியாகப் போய்க்கொண்டிருக்கையில் வடக்குச் சாலையில் நிறுத்தப்பட்டிருந்த போலிஸ்காரர்கள் அவரைத் தாக்கித் துன்புறுத்தியதாகச் சொல்லப்படுகிறது.'

'...ஸ்ரீமான் நம்பூதிரிபாத் மகாத்மா காந்திக்குக் கீழ்க்கண்ட செய்தியை அனுப்பியிருக்கிறார்: 'சத்தியாகிரகிகள் உணவுகொண்டனர். அணிகள் அடிக்கடி மாற்றப்படுகின்றன. போலிஸார் முரட்டுத்தனமாக நடந்துகொள்கின்றனர். தொண்டர்கள் காலால் மிதிக்கப்பட்டனர். மேற்பார்த்து வரும்போது நானும் தாக்கப்பட்டேன். பூரண அகிம்சை நிலைபெற்றிருக்கிறது.' *(நவசக்தி, 18-4-1924.)*

சத்தியாகிரகிகள் அதிகளவில் சேர்ந்துவிட்டதாலும், வைக்கத்தில் கைதுகள் நடக்காததாலும் சத்தியாகிரகிகளின் தேவை ஏற்படவில்லை என்ற காரணத்தால் வரதராஜுலு நாயுடு 'ஏற்காட்டிலிருந்து தொண்டர்கள் இனிமேல் வைக்கத்திற்குப் போகவேண்டாம் என்று கேட்டுக்கொள்கிறேன். பண வசூல் செய்யுங்கள். பணம் குறைவாக இருந்தால் நேரில் வைக்கத்திற்கு அனுப்பிவிடுங்கள்' என வேண்டுகோள் விடுத்தார்.

டி.எஸ்.கோபாலாச்சாரி

வரதராஜுலு நாயுடுவின் வேண்டுகோளை அடுத்து வைக்கம் போராட்டத்திற்கு ஆதரவாக ஏராளமான தந்திகளும் கடிதங்களும் சேலத்திற்கு வந்துகொண்டிருப்பதாகச் செய்தி வெளியாகியிருக்கிறது. 'சேலத்தில் வைக்கம் சத்தியாகிரக ஆசிரமம் ஒன்று தொடங்கப்பட்டு, அதை நிர்வகிக்க டி.எஸ். கோபாலாச்சாரி என்ற வழக்கறிஞர் நியமிக்கப்பட்டிருக்கிறார்' என்ற தகவலை சுதேசமித்திரன் வெளியிட்டிருக்கிறது.

ஏப்ரல் 21ம் நாள் நண்பகலில் 'யுவபாரதம்' பத்திரிகையின் ஆசிரியரான டி.ஆர்.கிருஷ்ணசாமி ஐயர், எம்.ஏ.பி.எல், வைக்கம்

வந்து சேர்ந்தார். முன்னதாக அவர் இரண்டு வாரங்கள் கொச்சியில் தங்கி, சத்தியாகிரகம் சம்பந்தமான பணிகளைச் செய்துவந்தார். அவருடைய தலைமையில் தீண்டாமை கமிட்டியின் கூட்டம் ஒன்று நடைபெற்றது. ஏப்ரல் 21ம் நாள் மாலை 5 மணிக்கு அவர் சொற்பொழிவு நிகழ்த்துவார் என விளம்பரப்படுத்தப்பட்டது. ஆனால் சொற்பொழிவாற்றப் புறப்பட்ட உடனேயே ஒரு காவல் ஆய்வாளரும் இரண்டு காவலர்களும் மோட்டார் காரில் எதிரே வந்து கிருஷ்ணசாமி ஐயரைக் காரில் ஏற்றி நகர்வலம் வந்தபின் காவல்நிலையம் கொண்டுசென்றனர்.

சிறைக்குப் போகுமுன் டி.ஆர்.கிருஷ்ணசாமி ஐயர் வெளியிட்ட அறிக்கையில் சத்தியாகிரகம் நெருக்கடியான நிலைமையைச் சந்தித்து வருகிறது என்று தெரிவித்தார். '...ஜார்ஜ் ஜோஸப் கைதானபோது இருந்த நிலைமைக்கும் இப்போதுள்ள நிலைமைக்கும் வித்தியாசம் உண்டு. சத்தியாகிரகிகளின் பொறுமை இப்போது சோதிக்கப்படுகிறது. இந்நெருக்கடியான நிலைமையில் திறமையாகச் சமாளித்துக்கொள்ள வேண்டும். பட்டினி இருத்தல், சிறை செல்லுதல் ஆகிய கிளர்ச்சி உண்டுபண்ணும் அம்சங்கள் எவையும் இயக்கத்தில் இல்லையாகையால் மௌனமாகப் பொறுமையுடன் இனி வேலை செய்யவேண்டிய காலம் வந்துவிட்டது. ஆட்களும் பணமும் ஆயிரக்கணக்காக வேண்டும். வைக்கத்தில் வெற்றியடைந்துவிட்டால் மற்ற இடங்களில் தீண்டாமை ஒழிய அதிக காலம் ஆகாது' என்றும் குறிப்பிட்டார். *(சுதேசமித்திரன், 22-4-1924.)*

மாலை 5 மணிக்கு ஈவெரா, குரூர் நீலகண்டன் நம்பூதிரிபாடு, சி.குட்டன் நாயர், டாக்டர் நாயுடு ஆகியோர் பொதுக்கூட்டத்தில் உரையாற்றினர்.

> 'ஸ்ரீமான் எஸ்.ஸ்ரீனிவாச ஐயங்கார் வைக்கம் சத்தியாகிரக நிதிக்கு ஆயிரம் ரூபாய் நன்கொடை அனுப்பியிருக்கிறார்.' *(நவசக்தி, 25-4-1924.)*

சி.ராஜகோபாலாச்சாரியார்

> '(கிருஷ்ணசாமி ஐயரின் அறிக்கையைப் படிக்காமலேயே நிலைமையை உணர்ந்து) சத்தியாகிரக நிதிக்கு ஸ்ரீமான் சி.இராஜகோபாலாச்சாரியார் ரூ.500 அனுப்பினார். ஸ்ரீமான் சி.ஆர்.ரெட்டியும் நன்கொடை அனுப்பியிருக்கிறார்.' *(நவசக்தி, 25-4-1924.)*

‘வைக்கத்தில் ஸ்ரீமான் டி.ஆர்.கிருஷ்ணசாமி ஐயரின் வழக்கை விசாரணை செய்த ஜில்லா மாஜிஸ்டிரேட், ‘இரண்டு மாத காலத்துக்கு நன்னடத்தைப் பிணையும், 200 ரூபாய்க்குப் பிணைப் பத்திரமும்’ எழுதிக் கொடுக்கும்படி கூறினார். கிருஷ்ணசாமி ஐயர் பிணை கொடுக்க மறுத்துவிட்டார். மாவட்ட மாஜிஸ்டிரேட் அவருக்கு இரண்டு மாதம் வெறுங்காவல் தண்டனையளித்தார். மாவட்ட மாஜிஸ்டிரேட், தீண்டாதவர்களிடம் காங்கிரஸ்காரர்கள் உண்மையான சகோதரத்துவ உணர்ச்சியும் அன்பும் காட்டுவதைத் தாம் பாராட்டுவதாயும், ஆயினும் பொதுஜன அமைதியை முன்னிட்டு இயக்கத்தை அடக்காமல் இருக்க முடியாதென்றும் தன் தீர்ப்பில் குறிப்பிட்டார்.’ *(சுதேசமித்திரன், 24-4-1924.)*

25-4-1924 அன்று வழக்கம்போல் சத்தியாகிரகம் நடந்தது. தொண்டர்களின் பெயர், இயக்கத்தை நடத்துபவர் பெயர் முதலிய விவரங்கள் கொண்ட பட்டியலைக் காவல்துறையினர் கேட்டனர். அதைப்பற்றி விவாதிக்கத் தீண்டாமை ஒழிப்புக் குழு மாலை கூடியது. ராஜாஜி அல்லது வல்லபாய் பட்டேலை வைக்கத்துக்கு வரவழைப்பது; அகாலியரை வரவேற்க கிருஷ்ணன் நம்பூதிரிபாட்டை அனுப்புவது; எஸ். ஸ்ரீனிவாச ஐயங்காரின் நன்கொடைக்கு நன்றி தெரிவிப்பது எனத் தீர்மானங்கள் நிறைவேறின.

சி.வி.வேங்கடரமண ஐயங்கார்

தமிழ்நாட்டுத் தலைவரும் காங்கிரஸ்காரரும் வைதிகருமான சி.வி.வேங்கடரமண ஐயங்கார் வைக்கம் சென்று திரும்பியதையடுத்து, அவரிடம் அங்குள்ள நிலைமையைப் பேட்டி கண்டு சுதேசமித்திரன் வெளியிட்டிருந்தது. அவர் நடுநிலைப் பாவனையோடு சொல்லியிருந்த கருத்துகளின் சுருக்கம் வருமாறு:

நிருபர்: வைக்கத்து நிலைமையைச் சொல்ல முடியுமா?

சி.வி.வேங்கடரமண ஐயங்கார்: ...நான் வருவதை அறிந்து காவல் ஆணையாளர் என்னை வரவேற்று அவருடைய மோட்டாரையும் கொடுத்தார். நான் கோயிலுக்குச் சென்றேன். அங்கு சுமார் 1000 பேர் சாப்பிட்டுக்கொண்டிருந்தனர். முதல் வகுப்பு மாஜிஸ்டிரேட்டும் தேவஸ்தானம் தாசில்தாரும்

என்னைப் பார்க்க வந்தார்கள். எல்லோரும் கோயிலில் சாப்பிட்டோம். அச்சமயத்தில் அங்கிருந்த பிராமணர்களுடன் நான் கலந்து பேசினேன். கிருஷ்ணசாமி ஐயர் வழக்கு விசாரணையாகிறது என்று அறிந்து தாலுகாவிற்குச் சென்றேன். அங்கு பிரபல ஈழவரான சாணாரையும் ராமஸ்வாமி நாயக்கரையும் பலரையும் சந்தித்தேன். காவல்நிலையம் போய் கிருஷ்ணசாமி ஐயருடன் பேசிவிட்டுச் சத்தியாகிரக ஆசிரமத்திற்கும் அதன் மடப்பள்ளிக்கும் சென்று அங்கு கூடியிருந்த தொண்டர்களுடன் பேசினேன். நானும் நாயக்கரும் பாதுகாக்கப்பட்ட சாலைகள் வழியே சென்று அடைப்புப் போட்டிருந்த இடத்தையும் பார்த்தோம்.

நிருபர்: தொண்டர்கள், வைதிகர்கள் உணர்ச்சி எவ்விதமிருக்கிறது?

சி.வி.வேங்கடரமண ஐயங்கார்: தொண்டர்கள் வெகு உற்சாகத்துடன் இருக்கிறார்கள். தலைவர்களுக்கும் அவர்கள் கட்டுப்பட்டு நடக்கிறார்கள். ஈழவர் தங்கள் குறைகளை நிவர்த்தி செய்துகொள்ள முயற்சித்தாலும், அவர்களுக்குக் கீழ்ப்பட்டவர்களைக் கேவலமாக நடத்துவது தவறு என்று இப்போதுதான் உணர்ந்திருக்கின்றனர். இந்த இயக்கத்தின் பலனாக அவர்களுக்குள் சமத்துவம் ஏற்பட்டுவிடும் என்று நம்புகிறேன். வைதிக குழுவில் ஒரு சாரார் ஒரு வக்கீலின் தலைமையின் கீழ் இருந்துகொண்டு வெளியாட்கள் தலையிடுவதை ஆட்சேபிக்கின்றனர். தேசம் எங்கும் ஒற்றுமை உணர்ச்சி ஏற்பட்டு வருகிறது. ஒதுங்கி நிற்பது பிரயோஜனம் இல்லை என்று நான் வெகுதூரம் அவர்களுடன் வாதித்தேன்.

நிருபர்: இந்த நிலைமையில் அரசு என்ன செய்வது உசிதமாக இருக்கும் என்று உங்களுக்குத் தோன்றுகிறது?

சி.வி.வேங்கடரமண ஐயங்கார்: ...முதல்படியாக, கோயிலைச் சுற்றியுள்ள நான்கு சாலைகளில் மட்டில் தீண்டாதார் செல்லக்கூடாது என்று வரையறுத்துக்கொள்ள வேண்டும். அவற்றுக்குச் செல்லும் பாதைகளிலும் அவர்கள் போகக்கூடாது என்று இருக்கிற நிர்ப்பந்தத்தை நீக்கிவிட வேண்டும். கோயிலுக்குக் கிழக்கே இருக்கிற சாலை வெகுதொலைவில் இருப்பதால் கோயிலுக்குச் சமீபத்தில் குளத்து ஓரமாகப் புதிய சாலையைப்போட்டு, தொலைவிலுள்ள சாலையில் எல்லோரும் செல்ல அனுமதித்துவிட வேண்டும். முக்கியச் சாலைகளைத் தீண்டாதவர் உபயோகிக்கக்கூடாது என்ற நிர்ப்பந்தத்தின்

பலனாக, அவர்கள் சந்துகள் வழியாகச் சென்று கஷ்டப்பட வேண்டியிருப்பதால் மற்ற மூன்று சாலைகளுக்கும் நேராக வேறு சாலைகளை நகராட்சி போடும்படி செய்ய வேண்டும். தடைப்பட்ட சாலைகளில் இந்துக்கள் அல்லாதவர்கள் செல்லக்கூடாது என்று விளம்பரப்படுத்திவிட வேண்டும். தற்காலிக சாந்தியாகவே இந்த யோசனை. வைதிகர்களின் உணர்ச்சி மாறி வந்தால் தீண்டாமையும் பழங்கதையாகிவிடும். (சுதேசமித்திரன், 27-4-1924.)

கிருஷ்ணையர், ராமசந்திர ஐயர்

மே மாதம் 9,10 தேதிகளில் ஒரு கூட்டம், செங்கோட்டையில் ராமசந்திர ஐயர் தலைமையில் நடைபெற்றது. கல்லிடைக்குறிச்சி சங்கர ஐயர், அவர் மனைவி லட்சுமி, கல்லிடைக்குறிச்சி கிருஷ்ணையர் ஆகியோர் பேசினர். முதல் நாள் கூட்டத்தின் பாதியில் மழை வந்ததால் கூட்டம் நின்று மறுநாள் தொடர்ந்தது. சங்கர ஐயர் மனைவி முதல் நாள் பாரதி பாடல் பாடினார். இரண்டாம் நாள் கதர் பற்றிப் பேசினார். இரண்டாம் நாள் கிருஷ்ணையர் வைக்கம் பற்றிப் பேசினார். அதையடுத்துப் பேசிய சங்கர ஐயர், 'வைக்கம் பற்றித் தான் பேசாதிருக்க விரும்பினும், அவர் பேசிவிட்டதால் தான் பேச நேர்கிறது' என்று குறிப்பிட்டு வைக்கம் பற்றிச் சொற்பொழிவாற்றினார்.

கல்லிடைக்குறிச்சி சங்கர ஐயர்

'அறச்சிந்தனையுள்ள ஒருவன் பிராமணன். ஏனெனில் அவன் எல்லோரிடத்திலும் அன்புடையவனாக இருக்கிறான். ஒரு பன்றி பிராமண தெருவைக் கடக்கலாம். ஒரு பறையன் பன்றியைவிட மோசமானவனா?' என்றெல்லாம் பேசி, 'வைக்கத்தின் முடிவு பிராமணர் கையில் இருக்கிறது' என்று முடித்தார் சங்கர ஐயர்.

இக்கூட்டத்தைக் குறிப்பெடுத்து அரசுக்கு அனுப்பி வைத்த செங்கோட்டைக் காவல் ஆய்வாளர் (ஏ.எஸ்.தேவநாயகம் ஐயர்), சங்கர ஐயரின் பேச்சு கடும் ஆட்சேபகரமானது என்றும், எதிர்காலத்தில் அவர் இங்கு பேசாமல் தடுக்கப்பட வேண்டும் என்றும் குறிப்பு எழுதியுள்ளார். (அரசு ஆவணம், திருவனந்தபுரம் ஆவணக் காப்பகம்.)

> 'லாகூர் இந்து மகாசபை, தொண்டர்களை அனுப்பலாமா என்று கேட்டதற்கு, இப்போது அவசியமில்லை என்று வைக்கத்திலிருந்து பதில்

போயுள்ளது. லட்சுமணபுரி இந்து மகாசபையும் ஒத்துழைப்பை நல்க திட்டமிட்டுள்ளது. டாக்காவைச் சேர்ந்த ராதாகிருஷ்ண மிஸ்ரா, தொண்டர்களை அனுப்புவதாகத் தெரிவித்துள்ளார். பணம் மட்டும் உடனே அனுப்பும்படி கேட்டுக்கொள்ளப்பட்டுள்ளது.' *(சுதேசமித்திரன், 14-5-1924.)*

சி.எஸ்.ரங்கையர்

'இந்திய சட்டசபை உறுப்பினரும், பத்திரிகையாளருமான சி.எஸ்.ரங்கையரிடம் வடக்கும்கூர் ராஜாவும் சில வைதிக குழுவினரும் இன்று சென்று தங்கள் கருத்தை எடுத்துக் கூறினர். 'நாய்கள் தாராளமாக நடமாடும் சாலைகளில் தீண்டாதவர்கள் எனப்படுவோர் ஏன் நடமாடக்கூடாது; எல்லாச் சாலைகளிலும் தீண்டாதவர்கள் நடமாடும்படி செய்தாலன்றி இந்தப் பிரச்சினை தீரப்போவதில்லை' என்று ரங்கையர் எவ்வளவோ சொல்லிப் பார்த்தார். ஆயினும் அந்த அபிப்பிராயத்தை அவர்கள் ஒப்புக்கொள்ளவில்லை. மாலை நடந்த கூட்டத்தில் ரங்கையர், அவர்களை எச்சரித்தார்.' *(சுதேசமித்திரன், 15-5-1924.)*

பண்டித மாளவியா

'வைக்கம் சத்தியாகிரகத்திற்கும், தாரகேசுவரம் சத்தியாகிரகத்திற்கும் ரூ.105 கொடுத்து பண்டித மாளவியா உதவிய செய்தி வெளியாயிருக்கிறது.' *(சுதேசமித்திரன், 19-4-1924.)*

ஆர்.சக்கரவர்த்தி ஐயங்கார்

'*18-5-1924* - வழக்கமான பொதுக்கூட்டம் சத்தியாகிரக ஆசிரம வெளியில் நடந்தது. அரசின் அடக்குமுறைக்கு எதிரான பேச்சுகள் நிகழ்ந்தன. கே.கிருஷ்ணன் நம்பூதிரிபாடு தலைமையில் கும்பகோணம் மாவட்ட காங்கிரஸ் ஊழியர் ஆர்.சக்கரவர்த்தி ஐயங்கார், பெரியார், மற்றொருவர் பேசினர். நமது சகோதர பிராமணர்களது செயல்களை சக்கரவர்த்தி ஐயங்கார் கண்டித்துப் பேசினார்.' *(தி இந்து, 21-5-1924.)*

*18-5-1924*ம் தேதியில் நடந்த கூட்டத்தில் கும்பகோணம் காங்கிரஸ் தலைவர் சக்கரவர்த்தி ஐயங்கார்

தடையுத்தரவை மீறிப் பேசியதும் உதவிக் காவல் கண்காணிப்பாளர் அவரை உடனே கைதுசெய்தார். வைக்கம் மாஜிஸ்டிரேட் முன்னிலையில் கொண்டுவரப்பட்டார். 'தடையுத்தரவைத் தாம் பெற்றுக்கொண்டு கையெழுத்துகூட போடாதிருக்கையில், தம்மைக் கைதுசெய்வது சட்டவிரோதம் அல்லவா?' என்று அவர் கேட்டார். ஒரு மாதம் கடுங்காவல் தண்டனையும் 50 ரூபாய் அபராதமும், தவறினால் இன்னொரு வாரம் கடுங்காவலும் அவருக்கு விதிக்கப்பட்டது.' (சுதேசமித்திரன், 22-5-1924.)

வைக்கம் சத்தியாகிரகம் தொடர்ந்து நடைபெறப் பணம் முக்கியத் தேவையாய் ஆகிவிட்டதை அடுத்து காங்கிரஸ் தலைவர் எஸ்.ஸ்ரீனிவாச ஐயங்கார் ஒரு வேண்டுகோள் விடுத்தார்:

'தமிழ்நாடு, ஆந்திர தேசம் இவற்றிலிருந்து மனிதர்களும் பணமும் பெற்று இந்த இயக்கத்தை காங்கிரஸ் கமிட்டி நடத்தி வரலாம் என்று மகாத்மா காந்தி இப்பொழுது சொல்லிவிட்டார். தமிழ்நாடு காங்கிரஸ் கமிட்டி தலைவரான இ.வி.ராமசுவாமி நாயக்கரைத் திருவாங்கூர் அரசாங்கத்தினர் தேசப்பிரஷ்டம் செய்துவிட்டனர். அவருக்கு ஒரு மாதம் வெறுங்காவல் தண்டனை விதிக்கப்பட்டிருக்கிறது. தீண்டாமையை நிவர்த்தி செய்யாமல் தாழ்ந்த வகுப்பினரை முன்னேற்றம் செய்ய முடியாது. வைக்கம் சத்தியாகிரக இயக்கத்தின் பலனாக கேரளத்தில் மட்டுமின்றி தமிழ்நாடு, ஆந்திர தேசம் இவற்றிலும் இந்தியாவின் இதர பாகங்களிலும் ஒருவித புதிய உணர்ச்சி ஏற்பட்டிருக்கிறது. இதைக் கண்டு உருகாத மனம் இருக்க முடியுமா? நம்முடைய நெஞ்சைக் கல் நெஞ்சாகச் செய்துகொண்டு நம்முடைய அலட்சியத்தினால் கதிமோட்சத்தைத் தடைப்படுத்த வேண்டாம். இந்து மதத்தின் உத்திருஷ்டமான கொள்கைகள் நிலைத்திருக்க வேண்டும். இப்பொழுது இந்து மதத்தை அவமதித்து வரும் இந்த தோஷம் அகல வேண்டும் என்று விரும்பும் ஒவ்வொரு இந்துவும் வைக்கம் தீண்டாமைக் குழுவின் பொக்கிஷதாரரான கோவிந்தன் சாணாருக்குத் தம்மாலியன்ற பொருளை அனுப்புவார்கள் என்று நான் நம்புகிறேன்.' (சுதேசமித்திரன், 24-5-1924.)

'இராஜாஜி அவசரமாக வரும்படி கேட்டுக் கொள்ளப்பட்டிருக்கிறார்.' (சுதேசமித்திரன், 24-5-1924.)

சக்கரவர்த்தி ராஜகோபாலாச்சாரி (10-12-1878 - 25-12-1972) விடுதலைப் போராட்ட வீரர், அரசியல்வாதி மற்றும் எழுத்தாளர் ஆவார். இவர் சுருக்கமாக ராஜாஜி என்றும் மூதறிஞர் ராஜாஜி என்றும் அழைக்கப்பட்டவர், சி.ஆர் என்று அறியப்பட்டவர். இந்தியாவின் கடைசித் தலைமை ஆளுநராகப் பணியாற்றியவர். அத்துடன் இந்திய தேசிய காங்கிரஸின் தலைவர், சென்னை மாகாண முதல்வர், சென்னை மாநில முதலமைச்சர், மேற்கு வங்க ஆளுநர், இந்திய உள்துறை அமைச்சர் போன்ற பல பதவிகளிலும் பணியாற்றியுள்ளார். பாரத ரத்னா விருதைப் பெற்ற முதல் இந்தியர்களில் ஒருவர். 1900ல் தமது வழக்கறிஞர் தொழிலை நன்கு நடத்தி வந்தார். பின்னர் அரசியலில் ஈடுபட்டு 1917ல் சேலம் நகராட்சி உறுப்பினராகவும் பின்னர் நகர தந்தையாகவும் தேர்ந்தெடுக்கப்பட்டார். காங்கிரஸில் சேர்ந்து ரௌலட் சட்டத்திற்கெதிரான இயக்கம், ஒத்துழையாமை இயக்கம், வைக்கம் சத்தியாகிரகம் போன்றவற்றில் ஈடுபட்டார். 1930ம் ஆண்டு மகாத்மா காந்தியின் தண்டி யாத்திரையை ஒட்டி வேதாரண்யத்தில் உப்புச் சத்தியாகிரகம் நடத்திச் சிறை சென்றார். 1937ம் ஆண்டு மதராஸ் மாகாணத்தின் முதன்மை மந்திரியாகப் பொறுப்பேற்று 1940 வரை பதவி வகித்தார்.

இந்திய தேசிய காங்கிரஸின் கொள்கைகளில் ஒன்றான மதுவிலக்குக் கொள்கையில் ராஜாஜி ஈடுபாடு உடையவராக இருந்தார். அவர் சென்னை மாகாணத்தின் முதலமைச்சராக 1937ம் ஆண்டில் பொறுப்பேற்ற பின்னர், அன்றைய சேலம் மாவட்டத்தில் மதுவிலக்கை அமல்படுத்தினார். அதனால் ஏற்பட்ட வருவாய் இழப்பை ஈடுகட்ட 1939ம் ஆண்டில் விற்பனை வரியை விதித்தார். 1952ம் ஆண்டில் சென்னை மாகாண முதல்வராக இரண்டாம் முறை இருந்தபொழுது மாகாணம் முழுக்க மதுவிலக்கை அமல்படுத்தினார்.

வைக்கத்திலிருந்து வந்த அழைப்பை ஏற்று ராஜாஜி 26-5-1924 அன்று வைக்கம் வந்தார். காவல் நிலையத்துக்குப் போய் ஈவெராவைச் சந்தித்துப் பேசிவிட்டு வந்த ராஜாஜி பிறகு சத்தியாகிரகிகளுடன் பேசினார். ஒரு பொதுக்கூட்டத்திலும் கலந்துகொண்டார். வைக்கத்திற்குப் புறப்படும்போது ராஜாஜி ஓர் அறிக்கை வெளியிட்டிருந்தார். அது வருமாறு:

'திருவாங்கூர் அரசாங்கத்தினர் ஏதோ மனக்குழப்பம் அடைந்து,அளவுக்கு மிஞ்சி அடக்குமுறைகளைக்கையாள ஆரம்பித்திருக்கிறார்கள். அவர்களுக்கு ஏற்பட்டிருக்கும் மனக் கிலியையும் குழப்பத்தையும் நீக்க நம்மாலான பிரயத்தனங்களைச் செய்யவேண்டும். இதுவே நமது முதல் வேலையாகும். சமூகக் குறை ஒன்றை நீக்கவே வைக்கம் சத்தியாகிரகம் ஆரம்பிக்கப்பட்டிருக்கிறதே ஒழிய அரிசன் கொடுமையை எதிர்க்க அல்ல என்றும் நாம் ஞாபகம் செய்துகொள்ள வேண்டும். மாமூல் சுதந்திரங்களையும் புராதன வழக்கங்களையும் காப்பாற்ற அரசு கடமைப்பட்டிருக்கிறது என்னும் ஹோதாவில்தான் திருவாங்கூர் அரசாங்கம் வைக்கம் இயக்கத்தை எதிர்க்கிறார்கள். மக்களுக்குள்ள தப்பான சமூகக் கோட்பாடுகள் ஒழிந்தால், மானிட சுதந்திரங்களைப் பற்றிப் பொது ஜனங்களுக்குச் சரியான நம்பிக்கை பரவினால் அன்றே அரசின் கொடுமையும் அடங்கிவிடும். ஆகையால் நாம் முதன்முதலாக, பொதுமக்கள் தீண்டாமையைப் பற்றிக் கொண்டிருக்கும் தப்பான நம்பிக்கையை அறவே மாற்றவும், அவர்களின் மனத்தைக் கவரவும், அதன் மூலமாக அரசின் தீங்குகளை ஒழிக்கவும் முயல வேண்டும். அரசாங்கத்துடன் இவ்விஷயத்தைப் பற்றிச் சண்டைபிடிக்கவோ சச்சரவு செய்யவோ முயற்சிக்கலாகாது. மனத்தை மாற்றித் தீங்கை நன்மைப்படுத்துவதே சத்தியாகிரகத்தின் நோக்கம்.' *(சுதேசமித்திரன், 27-5-1924.)*

வி.என்.ஐயங்கார்

'வி.என்.ஐயங்கார், ஜி.கந்தசாமி ராஜு என்ற சென்னைத் தொண்டர்கள் பணம் இல்லாததால் கால்நடையாகவே வைக்கம் கிளம்பினர்.' *(சுதேசமித்திரன், 28-5-1924.)*

'29-5-1924 - உள்ளூர் வைதிக பிரமுகர்களுடன் இராஜாஜி பேசினார். 'தீண்டாதவர் உள்பட எல்லா இந்துக்களின் கருத்தையும் அறிந்து, பெரும்பான்மையோர் தீண்டாதாரைச் சாலையில் விடக்கூடாது என்று கருதினால், சத்தியாகிரகத்தை காங்கிரஸ் நிறுத்திவிட வேண்டும். இதற்கு காங்கிரஸ் உறுதி தருமா?' என வைதிகர் கேட்டதாகத் தெரிகிறது.' *(சுதேசமித்திரன், 30-5-1924.)*

‘இராஜாஜி 31ம் தேதி வைக்கத்திலிருந்து ஆலப்புழைக்குப் போகிறார். அங்கு பண்டத்தாரா என்ற இடத்தில் பொதுக்கூட்டத்தில் பேசுகிறார். பிறகு நாராயணகுருவைச் சந்திக்க வர்கலா செல்கிறார். சக்கரவர்த்தி ஐயங்கார் இன்று *(30 மே)* சேர்த்தலைக்குக் கொண்டு போகப்பட்டார்.’ *(சுதேசமித்திரன், 31-5-1924.)*

‘அகில இந்திய தீண்டாதார் முன்னேற்றச் சங்கத்தின் தலைவர் ஷிண்டேயும் சிவப்பிரசாத்தும் தடுக்கப்பட்ட சாலைகளை *(2-6-1924)* பார்வையிட்டனர். தொண்டர் கூட்டத்தில் ஷிண்டே பேசினார். கூடுமானவரை ஒத்தாசை புரிவதாகச் சொன்னார்.’

‘....ஏதாவது சமரசத்துக்கு வரமுடியுமா என்று விவாதிப்பதற்காக இராஜாஜியை திவான் அழைத்திருக்கிறார்.’

‘வைக்கம் சத்தியாகிரகத்துக்கு ஆதரவாக கள்ளிக்கோட்டையில் *3-6-1924* அன்று ஒரு கூட்டம் நடந்தது. சிதம்பரநாத் தலைமை வகித்தார். ஷிண்டே, சத்தியவிரதர், கே.மாதவன் நாயர் ஆகியோர் பேசினர். சத்தியாகிரகத்துக்கு ஏற்ற இடம் மலையாளம்தான் என்று ஷிண்டே குறிப்பிட்டார்.’ *(சுதேசமித்திரன், 4-6-1924.)*

‘கல்லிடைக்குறிச்சி சங்கர ஐயர், கோட்டயம் மாவட்டத்தில் பொதுக்கூட்டம் எதிலும் பேசக்கூடாது என்று விதிக்கப்பட்டிருந்த தடையை நீட்டித்து, இன்று *(5–6–1924)* மாவட்ட மாஜிஸ்டிரேட் ஆணை பிறப்பித்தார். (ROC எண் *563/24/3*).’

சத்தியாகிரகம் முழுதாக இரண்டு மாதம் தொடர்ந்து நடந்தும் ஒரு முடிவுக்கும் வராததைக் கருத்திற்கொண்டு, சுதேசமித்திரன் *(7–6–1924)* ‘எவ்வளவு காலமாகும்’ என்ற தலைப்பிட்டு ஒரு தலையங்கம் எழுதியது. ராஜாஜியின் பொது வாக்கெடுப்பு யோசனையையும் அரசு கருதவேண்டும் என்றும் கோரியது.

‘வைக்கத்தில் திருவாங்கூர் காவல்துறையும் சத்தியாகிரகிகளும் ‘ஆடும் புலியும்’ என்ற விளையாட்டை விளையாடிக் கொண்டிருக்கிறார்கள். சாலையில் ஒரு கோட்டைக் கிழித்துவிட்டு போலிஸார் அதற்கு

அப்புறத்தில் உட்கார்ந்து கொண்டிருக்கிறார்கள். சத்தியாகிரகிகள் இப்புறத்தில் உட்கார்ந்து கொண்டிருக்கிறார்கள். இவ்வண்ணமே இந்தப் போராட்டத்தை நடத்திக்கொண்டு போவதாயிருந்தால் யுகம் முடிந்தாலும் போராட்டம் முடியாது.

...சத்தியாகிரக தர்மத்தால் கட்டுப்பட்டுச் சத்தியாகிரகிகள் கோட்டைத் தாண்டாமல் நிற்பதை கவர்ன்மெண்டார் தங்களுக்குச் சாதகமாக உபயோகப்படுத்திக் கொண்டு வருகிறார்கள். கோட்டண்டையில் இரண்டொரு போலிஸாரை நிறுத்திச் சத்தியாகிரகிகளை வழிமறித்துவிடின், இந்தப் பிரச்சினைக்கு வேறு முடிவு கண்டுபிடிக்க வேண்டாமென்று அவர்கள் நினைத்துக் கொண்டுவிட்டதாகத் தோன்றுகிறது.

...திருவாங்கூர் சமஸ்தான இந்துக்களில் பெரும்பாலோர் சத்தியாகிரகிகளை ஆதரிக்கிறதாக ஒரு சாரார் சொல்கிறார்கள், அதற்கு நேர் விரோதமாக மற்றொரு சாரார் சொல்கிறார்கள். எது உண்மை என்று தெரிந்துகொண்டுவிடின், அதை அனுசரித்து ராஜாங்கத்தார் நடந்து கொள்ளலாம். சி.இராஜகோபாலாச்சாரியார் சென்ற நான்காம் தேதியன்று அநந்த சயனத்தில் நடந்த கூட்டத்தில் இதைத்தான் வலியுறுத்தினார். சர்வஜன வாக்கெடுத்து அது சத்தியாகிரகிகளுக்கு விரோதமாக இருப்பதாக கவர்ன்மெண்டார் சொல்லிவிடுவார்களாயின், அவர்கள் சத்தியாகிரகத்தை ஒதுங்கிவிடத் தயார் என்று அவர் சொன்னார். இதைக் காட்டிலும் இலகுவானதும் நியாயமானதுமான யோசனையை வேறு எவரும் சொல்ல முடியாது.

...அந்த சமஸ்தானத்தில் கிறித்தவர்களும் முகமதியர்களும் ஏராளமாக இருக்கிறார்கள். அவர்கள் சத்தியாகிரகிகளிடத்தில் அனுதாபம் காட்டக்கூடியது சகஜம். அவர்களுடைய வாக்கையும் கேட்டு முடிவு செய்வதாயிருந்தால் சத்தியாகிரகிகளின் கட்சி வென்றுவிடும் என்பது நிச்சயம். ஆகையால் இவ்விஷயமாக அவர்களுடைய வாக்கைக் கேளாமல் இந்துக்களுடைய வாக்கை மாத்திரம் கேட்டு முடிவு

செய்யட்டும் என்று இராஜகோபாலாச்சாரியார் சொல்கிறார். இதனினும் யோக்கியப் பொறுப்புள்ள பிரேரணையை நாம் கேட்டதில்லை. ராஜாங்கத்தாரின் பதிலை எதிர்பார்க்கிறோம்.' *(சுதேசமித்திரன், 7-6-1924.)*

வைக்கம் பிரச்சினை சட்டசபையில் விவாதத்திற்கு வரும்போது அங்கிருக்க, வேண்டி வந்த வேண்டுகோள்களைத் தம்மால் சரியான நேரத்தில் பார்க்க இயலவில்லை என்பதைத் தெரிவித்துக்கொண்ட எஸ்.ஸ்ரீனிவாச ஐயங்கார், இதன் தொடர்பில் ஒரு நீண்ட அறிக்கையை வெளியிட்டார். சட்டசபையினருக்கான அவ்வேண்டுகோள், நிலைமையை விளக்கி உறுப்பினர்கள் செய்யவேண்டிய முடிவை எடுத்துக்காட்டியது. அதன் சுருக்கம் வருமாறு:

'...நிர்வாகிகளுக்கும் சட்டசபைகளுக்கும் போராட்டம் ஏற்பட்ட காலங்களில் ஜனசுதந்திரம் விரிவடைந்து ஜனங்களுக்கு அதிகப்படியான அதிகாரம் கிடைத்திருப்பதைச் சரித்திரங்களிலிருந்து அறியக் கிடைக்கிறது. இத்தகைய சந்தர்ப்பம் இப்பொழுது திருவிதாங்கூர் சட்டசபைக்கு வாய்த்திருக்கிறது. இந்தச் சந்தர்ப்பத்தைச் சட்டசபை கைக்கொண்டு, பெரும்பாலோராக இருக்கும் ஜனங்கள்பாலுள்ள கடமையைக் கண்ணியத்துடன் நிறைவேற்ற வேண்டும்.

...ரஸ்தாக்கள், தெருக்கள், நடைபாதைகள், கிணறுகள், குளங்கள், நதிகள், ஆஸ்பத்திரிகள், பாடசாலைகள், கடைகள், உத்தியோகச் சாலைகள், பொதுக்கூட்டங்கள் இவற்றிற்குச் செல்வதைப் பற்றிய விஷயமானது சமூக வாழ்வைச் சேர்ந்தவை. இந்துமத ஆசாரம் அதற்கு விரோதமாக இல்லை. தாங்கள் மேலானவர்கள் என்று நினைத்துக்கொண்டு இருக்கும் சிலராலேயே இதற்குத் தடை ஏற்படுகிறது. இந்தத் தடையை நிவர்த்தி செய்யும்படி ஜாதிமதபேத மன்னியில் திருவிதாங்கூர் சட்டசபை அங்கத்தினர்களும் மகாஜனங்களும் கவர்ன்மெண்டாரைக் கட்டாயப்படுத்த வேண்டும்.

...திருவிதாங்கூர் சட்டசபையின் தீர்ப்பு விரோதமாய்ப் போய்விட, ஜனநாயக ஆட்சிக்கு இன்னும் சிறிது காலம்வரை பாத்தியம் கொண்டாட உலகில் நமக்கு யோக்கியதை இல்லாது போய்விடும் என்று சி.இராஜகோபாலாச்சாரியார் சொல்லியிருப்பதை

நான் ஒப்புக்கொள்ள முடியாது. திருவிதாங்கூர் கவர்ன்மெண்ட் தன் கதியைத்தான் இதன் மூலமாக நிர்ணயம் செய்துகொள்கிறது.

....சமூகக் கட்டுப்பாட்டை நிவர்த்தி செய்வதற்காகவே வைக்கம் சத்தியாகிரகம் நிகழ்ந்து வருவதால் சீக்கியர்களாவது முகமதியர்களாவது கிறித்தவர்களாவது இதில் கலந்துகொள்ளக்கூடாது என்று மகாத்மா காந்தி சொல்வதையும் நான் அங்கீகரிக்க முடியாது. பல துறைகளில் திருவிதாங்கூர் நம்மைவிட (பிரிட்டிஷ் இந்தியாவைவிட) முன்னேற்றமடைந்திருக்கிறது. இந்தவொரு கொடுமையில் அந்த நற்பெயர் மறைந்து வருகிறது. இருந்தபோதிலும் திருவிதாங்கூர் இந்த விஷயத்தில் இந்தியாவிற்கே வழிகாட்டப் போகிறது.' *(சுதேசமித்திரன், 10–6–1924.)*

எஸ்.டி.சுப்பிரமணிய ஐயர், கோயம்புத்தூர் சுப்பிரமணிய ஐயர்

வைக்கத்தில் மே 25ம் தேதி முதல் சத்தியாகிரகத்தைப் பார்வையிட்டு ஒரு தொண்டர் அதைப் பற்றிய தம் எண்ணத்தை வெளியிட்டார். அது வருமாறு:

'...தமிழ்நாட்டிலிருந்து எஸ்.ஏ.கணேசன், பொள்ளாச்சி நடராஜன் செட்டியார், உடுமலைப்பேட்டை ரங்கநாதன் நாயுடு, ஈரோடு ஜெயவேலு, எஸ்.டி.சுப்பிரமணிய ஐயர், திருச்செங்கோடு சுப்பையர், கோயம்புத்தூர் சுப்பிரமணிய ஐயர், சுப்பராய செட்டியார், ரத்தினம் போன்றோர் 9 ஜூன் 1924 அன்று தொண்டர்களாக அங்கீகரிக்கப்பட்டார்கள். ஒவ்வொரு கோபுர வாயிலின் தடை இடத்திலும் ஒவ்வொரு தமிழ்நாட்டுத் தொண்டரைத் தலைமை வகித்து நடத்த ஏற்பாடு செய்யப்பட்டிருக்கிறது. தமிழ்நாட்டுத் தொண்டர்கள் ஆர்.ஜெயவேலு, பெரியண்ணன், எஸ்.டி.சுப்பிரமணிய ஐயர், சுப்பையா செட்டியார் ஆகியோர் மேல்புறம் தடைவேலியில் சத்தியாகிரகம் செய்துகொண்டிருக்கும்போது நான் பார்த்தேன். காவல்துறையினர் ஒருபக்கமும் தொண்டர்கள் எதிர்ப்பக்கமும் நிற்கிற வழக்கம், பொதுஜனங்கள் போக மூன்று அடித்தடம் விடப்பட்டிருக்கும். அதில் காவல்துறையினர் நின்றுகொண்டு தடத்தை விடும்படி கேட்டனர். தொண்டர்கள் முடியாது என்று

சொல்லிவிட்டனர். காவல்துறையினரின் நடத்தையைப் பற்றி நான் ஆய்வாளரிடம் புகாரிட்டேன்.' (சுதேசமித்திரன், 10-6-1924.)

வைக்கத்தில் முகாமிட்டிருந்த ராஜாஜி, தேவையான தொண்டர்கள், அவர்களது ஆசிரமப் பணி ஆகியவற்றை விரிவாகக் குறிப்பிட்டுப் போராட்டத்திற்கான பணத்திற்கு வேண்டுகோள் விடுத்தார். அதன் சுருக்க விவரம் வருமாறு:

'வைக்கத்தில் சத்தியாகிரக இயக்கம் மும்முரமாக நடந்து வருகிறது. தொண்டர்களும் பிரசாரகர்களுமாக 150 பேர்கள் வைக்கத்தில் இருக்கின்றனர். இப்போது சேவையில் இருப்பவர்களுக்கு ரஜா (விடுப்பு) கொடுக்க வேண்டியிருக்கும் காலத்தில் வேறு தொண்டர்கள் பதிவுசெய்யப்பட்டு வேலைக்கு அழைக்கப்படுவர். சத்தியாகிரகிகள் உண்மையானவர்களாக இருக்க வேண்டும். பொதுஜன அனுதாபம் ஏற்பட வேண்டும். பொருளுதவி கிடைக்க வேண்டும். ஆறு மாதகாலம் முற்றுகை போடுவதற்கு நாம் உடனே தயார் செய்துகொள்ள வேண்டும்.

ஸ்ரீநாராயண குருஸ்வாமிகள் விஸ்தாரமான ஆசிரம பூமியை நமது உபயோகத்திற்காகக் கொடுத்திருக்கிறார். ஒழிந்த நேரத்தைக் கழிப்பதற்காக ராட்டினங்களும், பட்டை அடிக்கும் வில்களும் தயாராக இருக்கின்றன. அடைப்பு ஸ்தலத்தில்கூட மழைவிட்ட நேரங்களில் மகாத்மாவின் ஞாபகம் எல்லோருக்கும் ஏற்படுவதற்காக ஒரு ராட்டினம் சுற்றப்படுகிறது. தினம் இந்த ஆசிரமத்திற்கு 120 ரூபாய் செலவாகிறது. ஆகவே தமிழ்நாட்டிலும் ஆந்திரப் பிரதேசத்திலும் பிரசாரகர்கள் பண வசூல் செய்து, கோவிந்தன் சாணாருக்கு அனுப்பிவைக்கும்படி கேட்டுக்கொள்கிறேன். ஒவ்வொரு தாலுகாவும் குறைந்தது 100 ரூபாயேனும் கொடுக்கவேண்டும். நமது தேசத்தின் எதிர்கால ஸ்திதியில் நம்பிக்கை உடையவர்கள் உதவிசெய்யப் பின்தங்க மாட்டார்கள்.' (சுதேசமித்திரன், 13-6-1924.)

வைக்கத்திலிருந்து திரும்பிய ராஜாஜி சட்டமன்ற விவாதம் பற்றி அளித்த பேட்டி பின்வருமாறு: *(சுதேசமித்திரன், 18-6-1924.)*

கேள்வி: வைக்கம் சத்தியாகிரக சம்பந்தமாகத் திருவாங்கூர் சட்டசபையில் மனோபாவம் எவ்விதமிருக்கிறது?

பதில்: நான் அங்கிருந்தபோது ரஸ்தாக்களைத் தாழ்ந்த வகுப்பினருடைய உபயோகத்திற்காகத் திறந்துவிட்டு இப்போது இருந்துவரும் தடையை நிவர்த்திக்க வேண்டும் என்கிற எண்ணம் பொதுவாகச் சட்டசபை அங்கத்தினர்களுக்கு இருப்பதாக எனக்குத் தோன்றியது. அங்கத்தினர்களில் பலர் இந்த இயக்கத்தில் தீவிர அனுதாபம் காட்டி வருகின்றனர். ஜோஸப் பஞ்சிக்காரன், பி.கே.நாராயண பிள்ளை, பரமேசுவரம் பிள்ளை இவர்கள்தான் எந்த விஷயத்திலும் எச்சரிக்கையாக இருப்பவர்கள். 12ம் தேதி அவர்கள் கேட்டிருக்கும் கேள்விகளிலிருந்து எல்லாக் கட்சியினரும் இவ்விஷயத்தில் ஒருமித்த அபிப்பிராயம் உடையவர்களாக இருக்கிறார்கள் என்று தெரிகிறது.

கேள்வி: ஏன் அவர்கள் தீர்மானம் செய்யவில்லை?

பதில்: நாயர் மசோதாவினால் இந்தக் கூட்டத்தின் காலம் முழுவதும் கழிந்துவிட்டது மிகவும் வருந்தத்தக்க விஷயம். சட்டம் இயற்றும் வேலை பாக்கியில் இருக்கும் வரையில் தீர்மானங்களை விவாதத்திற்கு எடுத்துக்கொள்ள விதிகள் இடந்தரவில்லை. கூட்டத்தை இன்னும் இரண்டு தினங்கள் நடத்தவேண்டும் என்று கேட்டுக்கொண்டதை திவான் மறுத்துவிட்டார். ஆகவே வைக்கம் ரஸ்தாக்களைத் திறந்துவிட வேண்டும் என்று வரப்போவதாக இருந்த தீர்மானத்தை எடுத்துக்கொள்ள முடியாமற் போய்விட்டது. ஜாதி வித்தியாசமன்னியில் எல்லோரும் இந்த ரஸ்தாக்களை உபயோகிக்க அனுமதி கொடுக்கவேண்டும் என்று சட்டசபை அங்கத்தினர்கள் மகாராஜாவுக்கு மனுச்செய்து கொள்ளப்போவதாகத் தெரிகிறது. தீர்மானத்தைச் செய்வதும் வெறும் சிபாரிசேயாதலால் இவ்விதம் செய்வதும் தீர்மானம் செய்வதைப் போலத்தான்.

கேள்வி: மதப்பூர்வமாக ஏற்பட்டுள்ள வழக்கத்தை கவர்ன்மெண்டார் மாற்றுவார்கள் என்று நாம் எவ்விதம் எதிர்பார்க்க முடியும்?

பதில்: கோயில் மதில் சரியான எல்லையாதலால் அந்த ஒழுங்குவரையில் எல்லோரும் வர

அனுமதிக்கலாம். இந்துக்கள் அல்லாதவர்கள் இந்தப் பிரதேசத்தை உபயோகிப்பது வழக்கமாக இருந்து வருகிறது. இந்துக்களிலேயே ஒரு கோஷ்டியாரைத் தடுக்க கவர்ன்மெண்டார் உதவிபுரிய வேண்டும் என்று எதிர்பார்க்க நியாயமில்லை. திருவாங்கூரில் பல இடங்களில் இதுபோன்ற நிர்ப்பந்தம் இருந்து வரவில்லை. திருவனந்தபுரத்தில் அனந்தபத்மநாப சுவாமி கோயிலைச் சுற்றி இவ்விதம் நிலத்தை ஒதுக்கி வைக்கவில்லை. வேறு பல இடங்களிலும் இவ்விதமே இருந்துவருகிறது. கவர்ன்மெண்டார் வழக்கத்தில் தலையிடலாம் என்பதற்கு நாயர் மசோதாவே போதிய அத்தாக்ஷியாகும். இதுவரையில் மதபூர்வமான வழக்கங்களாகக் கருதப்பட்டு வந்த சில அம்சங்களை இந்த மசோதா திருத்துவதாக இருக்கிறது. சொத்துரிமை, விவாகரத்து, விவாகம் முதலிய விஷயங்களில் பரசுராமன் ஏற்படுத்தியுள்ள சட்டங்களைத் தைரியமாகத் திருத்த முன்வந்திருக்கும் கவர்ன்மெண்டார் இந்த வழக்கத்தையும் திருத்தலாம்.

கேள்வி: இந்த ரஸ்தாக்கள் பொதுஜன பாட்டைகள் அல்ல என்று கவர்ன்மெண்டார் சொல்லுகின்றனரா?

பதில்: இது திருப்பித் திருப்பிச் சொல்லும் வாதமாகும். சிலரைத் தவிர மற்றவர்கள் இந்த ரஸ்தாக்களில் புழங்கலாம். தீயர்களும் புலையர்களும் அவர்களுடைய ஜாதிகளை உத்தேசித்து விலக்கு செய்யப்பட்டிருப்பதைத் தவிர மற்றவர்களுடைய பொதுப் பாட்டைகளாகவே இந்த ரஸ்தாக்கள் இருந்து வருகின்றன. அவர்களை விலக்கு செய்வது அக்கிரமம் என்று நாம் சொல்வதற்காக, அந்த ரஸ்தாக்கள் பொதுப் பாட்டைகள் அல்ல என்று சொல்லிவிடுவதா?

கேள்வி: இந்த இயக்கத்தில் சத்தியாகிரகிகளுக்கு வெற்றி கிடைக்கும் என்று நீங்கள் நினைக்கிறீர்களா?

பதில்: இந்தியா முழுவதுமுள்ள படித்த வகுப்பினருடைய அபிப்பிராயத்தைத் திருவாங்கூர் மகாராஜா அதிக காலம் அலட்சியம் செய்திருக்க முடியாது. நாம் பொறுமையாகவும் உறுதியுடனுமிருந்தால் அவர் கடைசியில் விட்டுக் கொடுத்தே தீரவேண்டும்.

கேள்வி: திருவாங்கூரில் பொதுஜன அபிப்பிராயம் எவ்விதமிருக்கிறது?

பதில்: ஜனங்களுடைய அபிப்பிராயம் எவ்விதம் இருக்கிறது என்பதைப் பற்றி எனக்குச் சந்தேகமில்லை. நாடெங்கும் பொதுக்கூட்டங்கள் நடைபெறுவதிலிருந்து அவர்களுடைய அனுதாபம் வெளிப்படவில்லையா? *(சுதேசமித்திரன், 16–6–1924.)*

நாராயண ஐயர்

'சாதி இந்துக்களின் முயற்சி குறித்து காந்திக்குத் தந்தி அனுப்பிவிட்டு, பதிலுக்காக காங்கிரஸ் குழு காத்திருந்தது. நாராயண ஐயர் தலைவர் பொறுப்பை ஏற்றார். ராமஸ்வாமி நாயக்கர் விரைவில் குடும்பத்துடன் ஈரோடு திரும்புவார்.' (அரசு ஆவணம், திருவனந்தபுரம் ஆவணக்காப்பகம்.)

'ராமஸ்வாமி நாயக்கரும் சக்கரவர்த்தி ஐயங்காரும் பேசக்கூடாது என்று மீண்டும் தடுக்கப்பட்டிருக்கிறார்கள். சக்கரவர்த்தி ஐயங்கார் 26–6–1924 அன்று விடுதலை செய்யப்பட்டார். அவரைச் சேர்த்தலைவாசிகள் வரவேற்றனர்.' (சுதேசமித்திரன் 28–6–1924.)

சுப்பிரமணிய ஐயர்

ஜூன் 29ம் நாள் காலையில் சத்தியாகிரகிகளின் ஆய்வாளரான சுப்பிரமணிய ஐயர் என்ற இளைஞர் தெற்கு வாசலிலிருந்து கிழக்கு வாசலுக்குச் சத்தியாகிரகிகளைப் பார்க்கச் சென்றபோது, கோயிலிலிருந்து ஏறத்தாழ 40 வயதான நாயர் ஒருவன் ஓடிவந்து அவரைப் பிடித்து நிறுத்தி, 'நீ சமபந்தி உணவு உண்ட ஒரு பறையன். நீ இந்த வழியாகச் செல்லக்கூடாது' என்று உத்தரவிட்டு, அவரைப் பிடித்துத் தள்ளிச் சத்தியாகிரக வேலிக்கு வெளியே இழுந்துவந்து, அவரது தலையிலும் முதுகிலும் கடுமையாக அடித்ததுடன் பூணூலை அறுத்தெறிந்து சட்டையைக் கிழித்து அதற்குத் தீ வைக்கவும் செய்தான். இவையனைத்தும் காவல்துறையினரின் கண்முன்னாலேயே நடைபெற்றன. இவற்றால் திருப்தி அடையாமல் அந்தப் பிராமண இளைஞர் அணிந்திருந்த கதராடைகளைக் கிழித்தெறிந்தான். மேலும் அவரைக் கிழக்கு நோக்கி ஒரு மைலுக்கும் அதிகமான தூரம் தள்ளிக்கொண்டே சென்று வயலில் தள்ளினான். கதராடையைக் கிழித்ததனால்

அவன் அவருக்கு ஒரு வெளிநாட்டு ஆடையை வழங்கினான். ஆனால், அவர் அன்புடன் அதை மறுத்துவிட்டார். இவரது முகத்தில் காயத்தின் வடுக்கள் பிற்காலத்திலும் தென்பட்டன.

சாதி இந்துக்கள் எதிர்ச் சத்தியாகிரகம் செய்வதை காந்திக்குத் தெரிவித்து, பதிலுக்குச் சத்தியாகிரகக் குழு காத்திருந்தது. அகமதாபாத் காங்கிரஸ் மாநாட்டிற்காக வந்த தலைவர்கள் காந்தியுடன் அங்கு கூடியிருந்தனர். அவ்வகையில் காந்தியுடனிருந்த ராஜாஜி, ஜூலை முதல் தேதியிட்டு அனுப்பிய தந்தியைச் சுதேசமித்திரன் வெளியிட்டிருந்தது.

> ‘வைக்கத்தில் நடக்கிற அநாகரிகமான முரட்டுச் செயல்களைப் பற்றி வாசித்ததும் திடுக்கிட்டுப் போனேன். திருவாங்கூர் அரசு அதைச் சகித்துக்கொண்டு சும்மாயிருப்பது ஆச்சரியமாயிருக்கிறது. ஜனசமூகத்துடன் நாம் போராட வேண்டியிருப்பதால் ஜனக்கூட்டம் இம்சை செய்வது சகஜம். காவல்துறையினர் இதுவரை போட்ட தடை விஷயத்தில், எப்படி நடந்துகொண்டோமோ அதுபோல் உத்தியோகஸ்தர் அல்லாத மற்றவர் தடைசெய்தாலும் அந்தப்படியே நடந்துகொள்ள வேண்டும். தொண்டர்கள் அகிம்சா தர்மத்திலிருந்து கொஞ்சமும் பிறழாமல் தைரியத்துடன் நடந்துவருவதைப் பாராட்டுகிறேன். தெய்வத்திடம் நம்பிக்கை கொண்டு தொண்டர்கள் இனியும் வேலை செய்துவருவார்கள் என்று நம்புகிறேன். சத்தியாகிரக அபிமானிகள் பழிக்குப் பழி வாங்க எண்ணவே கூடாது. தற்காலத்துக்கு அது திருப்தி தரலாமேயன்றி இயக்கத்துக்கு ஆபத்தாகவே முடியும். அரசினர் தங்கள் கடமையை மறந்தால்கூட உயர்ந்த சாதித் தலைவர்கள் உடனே தலையிட்டு அனாவசியமான கொடுமைகள் நடவாதபடி தடுக்கக் கடமைப்பட்டிருக்கிறார்கள் என்பதை மரியாதையுடன் தெரிவித்துக்கொள்கிறேன்.’
> *(சுதேசமித்திரன், 2–7–1924.)*

அகில இந்திய காங்கிரஸ் கமிட்டி கூட்டத்திற்காக அகமதாபாத் வந்திருந்த டி.ஆர்.கிருஷ்ணசாமி ஐயர் மூலமாகக் கீழ்க்காணும் செய்தியை காந்தியடிகள் வைக்கம் சத்தியாகிரகிகளுக்கு அனுப்பினார்.

> ‘...வைதிகர்கள், ஆசார சீர்திருத்தக்காரர்களை என்ன அடித்தாலும், எவ்வளவு இம்சித்தாலும் பதிலுக்குப் பதில்

செய்துகாட்டாமல் சும்மாயிருக்க வேண்டும். தைரியம் என்றால் கஷ்டத்தைச் சகித்துக்கொள்ளும் திறமை. முடிவில் வெற்றியடைவது நிச்சயம்.' (சுதேசமித்திரன், 3-7-1924.)

கிருஷ்ணன் நம்பூதிரிக்கு காந்தியடிகள் அனுப்பியிருந்த இன்னொரு செய்தியிலும் அகிம்சையைப் பின்வருமாறு வலியுறுத்தியிருந்தார்.

'...என்ன அடித்தாலும் பதிலுக்குப் பதில் செய்து காட்டக்கூடாது. தெய்வத்தை நம்பி, ஒரு நியாயமான போராட்டத்தை நடத்துபவர்கள் எந்தக் கஷ்டத்திற்கும் அஞ்சமாட்டார்கள்.' (சுதேசமித்திரன், 3-7-1924.)

13-7-1924 மற்றும் 16-7-1924 ஆகிய தேதிகளில் கிருஷ்ணன் நம்பூதிரிபாடு, சாத்துக்குட்டி பி.எஸ்.பாலகிருஷ்ண பிள்ளை, நாகம்மையார், கண்ணம்மாள், ஈவெராவின் சித்தி, பி.கே. கல்யாணி அம்மாள், பி.எம்.பார்வதி அம்மாள், கே.கறுத்தகுஞ்சு முதலான தொண்டர்கள் சத்தியாகிரகம் செய்தனர்.

'நேரில் பார்த்தவர் அபிப்பிராயம்' என்ற தலைப்பில் கோவை அய்யாமுத்து எழுதிய 7 பத்திகள் கொண்ட கட்டுரை அதே சுதேசமித்திரன் இதழில் வெளிவந்துள்ளது. வைக்கத்துப் பாதையில் 'தாழ்ந்த' வகுப்பினர் நடக்கலாகாது எனத் தடுக்கும் உயர்ந்த வகுப்பினர் ஏராளமாக இருக்கின்றனர் என்பது வதந்தி என்பதை அய்யாமுத்து தன் கட்டுரையில் நிறுவுகிறார்.

'நாற்பது லட்சம் ஜனத் தொகையில் 12 லட்சம் கிறித்துவர்கள், 3 லட்சம் பேர் நாயர்கள், 7 லட்சம் ஈழவர்கள், 2.5 லட்சம் பேர் முகம்மதியர், தமிழர், பறையர், புலையர், குறவர் முதலானோர். 1.5 லட்சம் பேர்களே பிராமணர். கிறித்துவர், நாயர், ஈழவர், மற்றவர் எல்லாம் ஏறக்குறைய அனைவருக்கும் தடுக்கும் விருப்பம் இல்லை. 1.5 லட்சம் பிராமணர்களில் பெரும்பாலோர் 'சஞ்சார ஸ்வதந்தர்யத்தை' ஆதரிப்பவர்களே. அப்படியிருக்க திருவாங்கூர் பிராமணர்கள் அனைவரும் எதிராக இருக்கின்றனர் என்று சொல்வது ஆதாரமற்றது.' (சுதேசமித்திரன், 16-7-1924.)

'வைக்கம் கோயிலைச் சுற்றிலும் சுமார் நூறு பிராமண வீடுகள் இருக்கின்றன. இவ்வீட்டார் அனைவருக்கும் கோயில் வரும்படியைத் தவிர வேறு ஆதாரம் இல்லை. இவர்களும்

இவர்களை அண்டிய சில நாயர்களும் உரிமை மறுப்பதன் காரணம் வெளிப்படை. வைக்கத்தில் சத்தியாகிரகிகளை எதிர்ப்பவர்களில் இந்தன்துருத்தில் நம்பூதிரிபாடு என்ற பிராமணர் முக்கியமானவர். இவருடைய பெரு முயற்சியால்தான் சத்தியாகிரகம் எதிர்க்கப்படுகிறது' என்ற விவரத்தைத் தரும் அய்யாமுத்து இவருக்குச் செல்வாக்கு குறைந்து வருவதையும் பின்வரும் சான்றுடன் சுட்டிக் காட்டினார்.

> 'சில வாரங்களுக்கு முன்னர் ஆலப்புழை என்ற இடத்தில் இவருடைய (இந்தன்துருத்தில் நீலகண்டன் நம்பியாத்ரி) முயற்சியால் ஒரு கூட்டம் கூடியது. ஆனால் அக்கூட்டத்தின் தீர்மானங்கள் இவருக்கு விரோதமாயும் சத்தியாகிரகிகளுக்குச் சிநேகமாயும் முடிந்தன. சில தினங்களுக்கு முன் செங்கான்னூரில் ஒரு பெருங்கூட்டம் கூட்டினார். இவருடைய விருப்பத்திற்கு மாறாகத் தலைவர் தேர்ந்தெடுக்கப்பட்டு, சத்தியாகிரகத்திற்கு ஆதரவாகத் தீர்மானங்கள் நிறைவேற்றப்பட்டன.'

எதிர்ச் சத்தியாகிரகம் செய்தவர்களும், மற்ற எதிர்ப்பாளர்களும் மாறிவருவதை அல்லது அடங்கிப்போவதை அய்யாமுத்து சுட்டினார். *(சுதேசமித்திரன், 16–7–1924.)*

ஈவெரா இரண்டாம் தடவையாகச் சிறை சென்றதையொட்டி ராஜாஜி வேண்டுகோள் ஒன்றை விடுத்தார்:

> 'நமது தலைவரும் தமிழ்நாட்டினரின் மதிப்பையும் அபிமானத்தையும் பெற்றவருமான இ.வி.ராமசுவாமி நாயக்கர் மறுபடியும் சிறை சென்றுவிட்டார். இத்தடவை அவருக்கு நான்கு மாதம் கடுங்காவல் தண்டனை விதிக்கப்பட்டிருக்கிறது. உத்தரவை அலட்சியம் செய்வேன் என்பதற்காக நாயக்கர் உத்தரவுக்குக் கீழ்ப்படியாமல் இருக்கவில்லை. முதலில் அவர் பேசக்கூடாது என்று உத்தரவு செய்தனர். அவர் அவ்விதம் பேசாமலிருந்தார். இப்பொழுது வைக்கத்தில் இருந்து தொண்டர்களுக்கு வாதிக்காமலே அவர் திரும்பினார். அந்தப் பிரதேசத்திற்குள் அவர் நுழையவாவது, அங்கு தங்கியிருக்கவாவது கூடாது என்று அவருக்கு உத்தரவு பிறப்பிக்கப்பட்டது. அவர் அங்கு தங்கியிருந்தார். இப்போது கடுங்காவல் தண்டனை விதிக்கப்பட்டிருக்கிறது. தீண்டாதாருடைய

குறைகளை நிவர்த்தி செய்ய முன்வந்தவர்களுக்கு விரோதமாக நடந்துகொள்ள திருவாங்கூர் அதிகாரிகள் தீர்மானித்துவிட்டனர். அத்தகைய செயல்களினால் நமக்கு அதிக ஊக்கம் ஏற்படவேண்டும்.

காங்கிரஸ் தொண்டரின் கண்களில் சுண்ணாம்பைத் தடவித் துன்பம் விளைவித்தவர் தம்முடைய தவற்றை உணர்ந்து தம்மையே கொலைசெய்து கொண்டுவிட்டார். ஒரு மகத்தான சமூக அநியாயத்தை நிவர்த்தி செய்வதற்காகத் தூய்மையான எண்ணங்களுடன் சாத்வீக எதிர்ப்புச் செய்ய முன்வருபவருக்குக் கொடுமையான தண்டனைகள் விதித்து வரும் அதிகாரிகளும் தங்களுடைய பிசகை உணர்வார்கள் என்று நம்புவோம்.

நமது தேசத்தில் எந்தச் சமூகத்தாருக்கும் எவ்வித உரிமைக் குறைவும் இருக்கக்கூடாது என்று கருதுவோர் தங்களால் இயன்ற உதவியைச் செய்து நாயக்கரிடம் அனுதாபப்படுவதை கிரியாம்சையில் காட்டிக்கொள்வார்களாக!' *(சுதேசமித்திரன், 23–7–1924.)*

30–8–1924 அன்று காலை, எம்.ஜி.குமார பிள்ளை என்ற தன்னார்வலருடன் டி.ஆர்.கிருஷ்ணசாமி ஐயரின் மனைவி உள்ளூர்க் கோயிலுக்கு வழிபடச் சென்றார். தேவஸ்தான காவலாளி வேலுப்பிள்ளை கொடி மரத்தருகே இருந்து கோவிலுக்குள் அனுமதிக்க மறுத்துத் தடுத்து நிறுத்தினார். திருமதி கிருஷ்ணசாமி ஐயர் அமைதியாகத் திரும்பி வீட்டிற்கு வந்துவிட்டார். *(வைக்கம் காவல் ஆய்வாளர் (கே.ராமவாரியார்) காவல் ஆணையருக்கு 30–8–1924 தேதியிட்டு எழுதி அனுப்பிய கடிதம்.)*

'31–8–1924 – சத்தியாகிரகம் நடந்து வருகிறது. டி.ஆர். கிருஷ்ணசாமி ஐயர் இப்போது ஆசிரமத்தில் இருக்கிறார். கிருஷ்ண நம்பூதிரிபாடு சாதிவிலக்கம் செய்யப்பட்டுவிட்டதால் வைக்கத்துக்குத் திரும்பி வந்திருக்கிறார். அவரும் கதர்க்கடை வைத்துள்ள இன்னொரு நம்பூதிரியும் பிராயச்சித்தம் செய்துகொள்ள வேண்டும் என்று வற்புறுத்தப்பட்டனர்.' *(சுதேசமித்திரன், 1–9–1924.)*

‘28–9–1924 – சத்தியாகிரக நிகழ்வில் எந்த மாற்றமும் இல்லை. அன்று மாலையில் ஆசிரமத்தில் நாராயண குரு தலைமையில் ஒரு பொதுக்கூட்டம் நடைபெற்றது. டி.ஆர். கிருஷ்ணசாமி ஐயர், சத்தியவிரதன், சரஸ்வதி சுவாமி ஆகியோர் பேசினர். சத்தியாகிரக இயக்கம் உடனடியாக முடியும் என்பதற்கான அறிகுறிகள் தெரியவில்லை என்று கிருஷ்ணசாமி ஐயர் தான் பேசும்போது குறிப்பிட்டார். ஸ்ரீநாராயணகுரு சத்தியாகிரக நிதிக்கு ரூ.1000 அளித்ததுடன் அவசியப்பட்டால் தானேயும் சத்தியாகிரகத்தில் பங்கேற்பதாகவும் கூறினார்.’ (கோட்டயம் மாவட்ட மாஜிஸ்டிரேட், தலைமைச் செயலருக்கு 4–10–1924 தேதியிட்டு எழுதிய கடிதம்.)

7–10–1924 அன்று சத்தியாகிரக ஆசிரமத்தில் வைக்கம் ராமன் தலைமையில் 800 பேர் அளவுள்ள கூட்டம் நடைபெற்றது. டி.கே.மாதவன், டி.ஆர்.கிருஷ்ணசாமி ஐயர் ஆகியோர் பேசினர். நான்கு தீர்மானங்கள் நிறைவேறின. டி.கே.மாதவன் பேசும்போது, பண்டித மாளவியா நவம்பர் 10 அன்று கேரளம் வருவார் என்று தெரிவித்தார். மேலும், பிராமண அனுதாபிகளையும் தலைவர்களையும் வைக்கம் சத்தியாகிரகம் இப்போதுகூட பெற்றுள்ளது என்று கூறி எஸ்.ஸ்ரீனிவாச ஐயங்காரின் வருகை, அவரது நன்கொடை, அவரது கருத்து ஆகியவற்றையும், ராஜாஜியின் வருகை, அவரது சந்திப்புகள் பற்றியெல்லாம் விரிவாகப் பேசினார். கிருஷ்ணசாமி ஐயர் அடுத்துப் பேசும்போது, அகில இந்திய காங்கிரஸ் கமிட்டி பண உதவி செய்ய உறுதி செய்திருப்பதைக் குறிப்பிட்டார்.

‘பெரிய மகஜர் தயாரித்து 100 ஆயிரம் சாதி இந்துக்களிடம் ஆதரவாகக் கையழுத்துப் பெற்றுக்கொடுக்க 100 புத்தகங்களைச் சத்தியாகிரகிகள் விநியோகித்ததாகத் தெரிகிறது.’ (கோட்டயம் மாவட்ட மாஜிஸ்டிரேட், தலைமைச் செயலாளருக்கு 17–10–1924ல் எழுதிய கடிதம்.)

உயர்சாதியினர் தீண்டாமை ஒழிப்புக்கான தமது ஒப்புதலைத் தெரிவிக்கும் விதமாக அமையவிருந்த ஜாதாவைப் (பேரணி) பற்றிய செய்தி 17–10–1924 அன்று நவசக்தியில் வெளியாயிருந்தது.

அகில இந்திய காங்கிரஸ் கமிட்டி பண உதவி பற்றி ராஜாஜியின் கருத்து:

> ‘வைக்கம் சத்தியாகிரகத்திற்குப் பொருளுதவி செய்யும்படி அகில இந்தியக் காரியக் கமிட்டி கேட்டுக்கொள்ளப்பட்டது. இது ஒரு குறிப்பிட்ட ஸ்தலத்தில் நடக்கும் சத்தியாகிரகம் ஆகையால் அதற்கு இந்திய நிதியிலிருந்து உதவிசெய்ய முடியாது என்றும், ஸ்தலத்திலேயே நிதி வசூலித்துக் கொள்ளவேண்டும் என்று மகாத்மா அபிப்பிராயப்படுவதாகவும் எனக்கு அறிவிக்கப்பட்டது. சத்தியாகிரக நிதி சொற்பமாகவே இருக்கிறது. தற்போது நான் 1000 ரூபாய் வசூல் செய்து அனுப்பியிருக்கிறேன். அது அவசரச் செலவிற்கு உபயோகப்படும். ஆனால் ஒவ்வொரு தினமும் கவலைப்படாமல் வேலை நடக்கக்கூடிய நிலைமையில் அதை வைக்க வேண்டும். ஆகையால் நான் முக்கியமாகக் கேரளவாசிகளையும் பொதுவாகத் தென்னிந்தியவாசிகளையும் இந்தச் சமயத்தில் தாராளமாக உதவும்படி கேட்டுக்கொள்கிறேன்.’ *(சுதேசமித்திரன், 1–11–1924.)*

30 அக்டோபர் – திருவனந்தபுரத்திற்குச் சாதி இந்துக்களின் ஜாதா (பேரணி) புறப்பட்டுச் செல்வதற்கான ஏற்பாடுகள் அநேகமாக முடிந்துவிட்டன. கால்நடையாக ஜாதா வைக்கத்திலிருந்து புறப்படும். கேசவ மேனன், ஏ.கே.பிள்ளை. எம்.பத்மநாப பிள்ளை முதலியோர் இன்று மாலை இங்கு (வைக்கம்) வந்து சேர்வர். மேலும் 101 பேர் வருவர். பிராமணர், நாயர், கௌட சரஸ்வதி பிராமணர், அம்பலவாசிகள் முதலியோர் அதில் கலந்திருந்தனர். புதிதாக வருவோரை வரவேற்க முயற்சிகள் நடக்கின்றன.

1–11–1924 அன்று சுமார் நூறு சாதி இந்துக்களுடன் பத்மநாப பிள்ளையின் தலைமையில் காலை ஆறு மணிக்குப் பேரணி (ஜாதா) புறப்பட்டது.

சி.கே.சங்கர நம்பூதிரிபாடு

2–11–1924 – ஞாயிற்றுக்கிழமை காலை பேரணி கோட்டயத்திற்குப் புறப்பட்டது. வழியில் எங்கும் உபசாரம் நடந்தது. கோட்டயத்திற்கு அருகில் அரக்கல் பத்மநாப பிள்ளை, ஜி.நாராயணசாமி பிள்ளை, சி.கே.சங்கர நம்பூதிரிபாடு முதலியவர்கள் உட்பட பல சாதி இந்துக்கள்

எதிர்கொண்டழைத்தனர். மேளவாத்தியத்துடன் ஊர்வலமாகப் பேரணி கோயிலுக்கு அழைத்துச் செல்லப்பட்டது. அங்கு ஒரு பொதுக்கூட்டம் நடத்தப்பட்டு அனைத்துச் சாலைகளும் பொதுவாகச் செய்யும்படி மகாராணி ரீஜண்டைக் கேட்டுக் கொள்வதாகத் தீர்மானம் நிறைவேற்றப்பட்டது.

வைக்கம் சத்தியாகிரகம், பொதுமக்கள் மத்தியில் தீண்டாமைக்கு எதிரான உணர்ச்சியை நன்கு எழுப்பியது. அதற்குச் சான்று அருப்புக்கோட்டையிலிருந்து வெளியான 'நாடார்குல மித்திரனில்' இடம்பெற்றிருந்த கூடலிங்க பாண்டியன் எழுதிய ஒரு கடிதம். அக்கடிதத்தின் இறுதிப் பகுதி பின்வருமாறு:

> '...முன்னோர்களின் உற்பத்தியை மனுஸ்மிருதியில் கவனித்தால் வசிஷ்டன் தாசி வயிற்றிலும், நாரதன் வண்ணாத்தி வயிற்றிலும், வியாசன் மீன் வயிற்றிலும், வான்மீகன் வன வேடத்தி வயிற்றிலும், கௌன்டன் விதவை வயிற்றிலும், கலைக்கோட்டன் மான் வயிற்றிலும், ஜம்பு நரி வயிற்றிலும், கௌதமன் பசு வயிற்றிலும், மாண்டவ்வியன் தவளை வயிற்றிலும், கார்க்கேயன் கழுதை வயிற்றிலும், அகத்தியர் குடத்திலுமாக ஜனித்தவர்கள். இவ்விதமாக நாயிலும் கழுதையிலும் தவளையிலும் காட்டு மிருகங்கள் வயிற்றிலுமாகப் பிறந்து வளர்ந்த இப்பிராமண சம்பிரதாய தீண்டாப் பிசாசுகள் நடமாடித் திரியும் வீதிகள், குளங்கள், கோயில்கள் முதலானவைகளில் கேவலம் மலமே தின்று ஜீவிக்கும் நாய், பன்றி முதலானவைகள் தாராளமாய் உலவித் திரிகின்றன. 'அரிது அரிது மானிடராய்ப் பிறத்தலரிது' என்ற பெரியோர் வாக்குக்கிணங்க மானிட வர்க்கத்திலே பிறந்து வளர்ந்த ஓர் சார்பார் பிரவேசிக்கக் கூடாது என்பது ராஜ நீதிக்கு விரோதமன்றோ!'
>
> குறிப்பு: இவ்வியாச நேயர் இறுதியில் தீண்டாமை விஷயமாய்ப் பிராமணர்களை மட்டும் சுட்டியிருக்கிறார். ஆனால், இதர ஜாதியார்க்கும் தீண்டாமையை முற்றும் ஒழிந்துவிடவில்லை என்பதை நன்கு அறிய வேண்டும். (ப–ர்) (நாடார்குல மித்திரன், 3–11–1924.)

4–11–1924 – பேரணிக்குக் கண்ணமங்கலத்தில் தேசாபிமானி டி.கே.மாதவன் வீட்டு வாயிலில் விசேஷமான உபசரிப்பு

நடந்தது. வைதிக இந்துக்களான நாயரும் பிராமணரும் ஒன்றாக அமர்ந்து ஈழவர் கொடுத்த கஞ்சியை உண்டது விசேஷ சம்பவமாகும். பிறகு பேரணி கண்ணமங்கலத்தை விட்டுப் புறப்பட்டது.

எஸ்.ராமகிருஷ்ண ஐயர்

> *9–11–1924 –* ஆத்துக்கல் நகர எல்லையில் வி.குஞ்சுகிருஷ்ண பிள்ளை, எஸ்.ராமகிருஷ்ண ஐயர், பி.என்.குஞ்சுகிருஷ்ண பிள்ளை, எஸ்.ஜே.நாயர் முதலியோர் பேரணியை வரவேற்றனர். அங்கு பதினாயிரம் பேர் கூடியிருந்தனர். தாசில்தாரிடம் அனுமதி வாங்காததால் பொதுக்கூட்டம் நடைபெறவில்லை. ஆயிரக்கணக்கான மக்கள் ஏமாற்றமடைந்து திரும்பினர். (சுதேசமித்திரன், 10–11–1924.)

ஒய்.ராமஸ்வாமி ஐயர்

12ம் தேதிக்குப் பிறகு திருவனந்தபுரம் கடற்கரையில் வடக்கு அரண்மனைக்குக் கிழக்கே ஒரு பர்லாங்கு தூரத்தில் திறந்த வெளியில் கூட்டம் நடத்தப்பட்டது. ச.கோவிந்தபிள்ளை, ஓய்வுபெற்ற உயர்நீதிமன்ற நீதிபதி ஏ.கோவிந்த பிள்ளை, உயர்நீதிமன்ற வழக்கறிஞர் ஏ.தாணுபிள்ளை, சட்டமன்ற உறுப்பினர்கள் எம்.ராமகிருஷ்ண பிள்ளை, செங்கணாச்சேரி பரமேஸ்வரன் பிள்ளை, ஏ.நாராயண பிள்ளை, ஏ.பாலகிருஷ்ண பிள்ளை, ஏ.ஹூக் வெர்ஃப், வி.அச்சுத மேனன், ஒய்.ராமஸ்வாமி ஐயர், பி.கே.கோவிந்த பிள்ளை ஆகியோர் திருவனந்தபுரத்தின் முக்கியமான குடிமக்களுள் சிலர். இவர்களோடு வெளியூரைச் சேர்ந்தவர்களும் ஊர்வலத்தில் இருந்தனர். தீர்மானம் ஒன்றை வழிமொழிந்து வக்கீல் ஒய்.ராமஸ்வாமி ஐயர் பேசுகையில், ‘தீண்டாமையும் நெருங்காமையும் இந்துமதத்தின் உண்மையான கொள்கைகளுக்கு எதிரானவை’ என்றார்.

17–11–1924 அன்று வைக்கத்தில் அஷ்டமி உற்சவத்தால் எழுந்த பிரச்சினை தொடர்பாக கிருஷ்ணசாமி ஐயர் ஓர் அறிக்கை வெளியிட்டார்:

> ‘நவம்பர் 17ல் வைக்கத்தில் நெருக்கடியான நிலைமை ஏற்பட்டது. சத்தியாகிரகிகளில் தீண்டாதவர்கள் சிலர் கலந்திருந்ததால் அவர்களைத் தாண்டிச் சுவாமியைத் தூக்கிச் செல்லக்கூடாது என்று வைதிகர்கள்

ஆட்சேபித்ததால் நிலைமை சங்கடமாகி விட்டது. ஊர்வலத்தில் யானைகள் ஊர்வலமாகச் செல்லச் சத்தியாகிரகிகள் வழிவிலக்கிக் கொடுத்தார்கள். ஆனால் தீண்டாதவர்கள் தூரத்துக்குச் செல்ல மறுத்துவிட்டனர். ராணுவ போலிஸ் பாதுகாப்புடன் சுவாமி வந்ததும் சத்தியாகிரகிகள் சாலையின் ஒரு பக்கத்தில் ஒதுங்கிக்கொண்டனர். போலிஸார் ஜண்டையாக நின்றதால் தொண்டர்கள் மறுபடி சாலைக்குள் வர முடியவில்லை. சில சாதி இந்துக்கள் அத்தோடு திருப்தி அடையாமல் சாலையின் பக்கவாட்டில்கூட தீண்டாத சத்தியாகிரகிகள் நிற்கக்கூடாது என்று பிடிவாதம் செய்தனர். ஊர்வலம் நின்றுபோகும் வண்ணம் யானைக்கு முன்னே போய்ப் படுத்துக்கொண்டனர். புலையர்கள் சாலையில் இருக்கும் பர்யந்தம் (முடிவுவரை) ஊர்வலம் செல்ல முடியாது என்று பக்கத்திலிருந்த பலர் கூவினர். உடனே காவல் கண்காணிப்பாளர் தேவாம்சம் ஆணையாளரைப் பார்த்து ‘நெருப்போடு நீங்கள் விளையாடுகிறீர்கள்’ என்று சொல்லி, யானையின் முன் படுத்துக் கிடந்தவர்களை அப்புறப்படுத்தும்படி ஆணையிட்டார். அப்புறப்படுத்திய பிறகு சுவாமி கோவிலுக்குள் சென்றது.’ (சுதேசமித்திரன், 19–11–1924.)

வி.எஸ்.சங்கரன் நம்பூதிரி

வைக்கத்தில் அஷ்டமி உற்சவம் 20–11–1924ம் தேதியோடு முடிந்துவிட்டது. சத்தியாகிரகிகள் வழக்கம்போல் மறியல் செய்தனர். 50 ஆயிரத்துக்கும் அதிகமான சாதி இந்துக்கள், யாத்ரீகர்கள் வந்திருந்தனர். அநேகம் பேர் சத்தியாகிரக ஆசிரமத்துக்கு வந்து உண்டியலில் பணம் போட்டார்கள். மாலையில் கடலோரத்தில் ஒரு கூட்டம் நடந்தது. தீண்டாமையால் ஏற்படும் கஷ்டங்கள் பற்றி வி.எஸ்.சங்கரன் நம்பூதிரியும் சுவாமி சத்தியவிரதனும் பேசினர்.

மதுரை என்.நாராயண ஐயர்

‘தமிழ்நாட்டிலிருந்து எஸ்.ராமநாதன் வைக்கம் வந்து போராட்டம் நடத்தினார். தம் தந்தையார் திடீரென்று இறந்ததன் காரணமாக எஸ்.ராமநாதன் திரும்பிவந்துவிட நேரிட்டது. உடனே மதுரை என்.நாராயண ஐயர்

வைக்கம் சென்று தலைமை வகித்து நான்கு மாத காலமாக நடத்தி வருகிறார்.' (சுதேசமித்திரன், 22-11-1924.)

1924 டிசம்பரில் பெல்காமில் நடைபெற்ற காங்கிரஸ் மாநாட்டில் டி.கே.மாதவன், குரூர் நீலகண்டன் நம்பூதிரிபாடு, ஈவெரா, வரதராஜுலு நாயுடு, சத்ய விரத சுவாமிகள் உள்பட பல சத்தியாகிரகத் தலைவர்கள் கலந்துகொண்டனர். டி.கே. மாதவன், குரூர் நீலகண்டன் நம்பூதிரிபாடு, கே.ஜி.குஞ்சு கிருஷ்ணப்பிள்ளை ஆகிய மூவரும்தான் காந்தியடிகளைச் சந்தித்து வைக்கம் சத்தியாகிரகத்தைப் பற்றிய நிலைமைகளை எடுத்துரைத்தனர். காந்தியடிகள் அவர்களுக்குச் சில யோசனைகளைக் கூறினார்.

'24-1-1925 – கோட்டயம் போலிஸாரால் குரூர் நீலகண்டன் நம்பூதிரி வைக்கத்தில் கைதுசெய்யப்பட்டார். பிறகு ஜாமீனில் விடுதலை செய்யப்பட்டார். கோட்டயம் ஜில்லா எல்லைக்குள் இவர் வரக்கூடாது என்று விதிக்கப்பட்டிருக்கிறது என்றும், அதை மீறி நடந்ததற்காகவே இவர் கைதுசெய்யப்பட்டார் என்றும் சொல்லப்படுகின்றன. அவரிடம் கேட்கப்பட்டபோது தம்மீது அத்தகைய உத்தரவு பிறப்பிக்கப்படவில்லை என்றும், அத்தகைய உத்தரவு தம்மீது இருக்கிறது என்பதே தமக்குத் தெரியாதென்றும், இப்போதுள்ள அரசியல் நிலையை உத்தேசித்தே தாம் ஜாமீன் பேரில் விடுதலை அடைந்ததாகவும் கூறினார்.' (நவசக்தி, 30-1-1925.)

'3-2-1925 – சட்டசபையில் விவாதம் நடைபெற்றது. குமரன் என்ற ஈழவ உறுப்பினர் சட்டசபையில், வைக்கம் முதலிய இடங்களிலுள்ள சாலைகளைப் பொதுச்சாலைகளாகக் கருதி எல்லோரையும் விடவேண்டுமென்று ஒரு தீர்மானம் கொண்டுவந்தார். அதற்குச் சட்ட மெம்பர் பதிலளிக்கையில், தடை அநியாயம் என்று தோன்றினால், சிவில் கோர்ட் மூலமாகப் பரிகாரம் பெறலாம் என்று தெரிவித்தார்.' (சுதேசமித்திரன், 5-2-1925.)

கிருஷ்ண ஐயங்கார்

'வைக்கத்துப் பாதைகளில் தாழ்ந்த வகுப்பினரும் நடமாடுவதற்கு அனுமதி கொடுக்க வேண்டும் என்று தீர்மானித்து கிருஷ்ண ஐயங்கார் 7-2-1925 அன்று

சட்டசபையில் விரிவாகப் பேசினார். சட்ட மெம்பரும் தீர்மானத்தைக் கொண்டுவந்தவரும் பேசியபின் தீர்மானம் ஓட்டுக்கு விடப்பட்டுத் தோற்றுப் போயிற்று.' (சுதேசமித்திரன், 9–2–1925.)

திருவாங்கூர்ச் சட்டசபைத் தீர்மானம் தோல்வியடைந்ததைப் பற்றிச் சுதேசமித்திரன் தலையங்கம் எழுதி வருந்தியது.

'வைக்கத்தப்பன் கோயிலை அடுத்துள்ள சாலையில் எல்லாச் சாதியினரும் நடமாடும்படி அனுமதி கொடுத்துவிட வேண்டும் என்று பிரேரணை செய்யப்பட்ட தீர்மானத்தை, திருவாங்கூர்ச் சட்டசபை மறுத்துவிட்டது மிகவும் விசனிக்கத்தக்க காரியம். ஆயினும் அதைரியப்படக் காரணம் இல்லை. பழைய எண்ணங்களில் ஊறிப் போயிருக்கிறவர்கள் திடீரென்று அவற்றை விட்டுவிடுவது வழக்கமில்லை. ஆயினும் வெளிச்சம் உள் செல்லச் செல்ல இருட்டு அகன்றுவிடும். மகாஜனங்களிலேயே அநேகர் இப்பொழுதே சத்தியாகிரகிகளுடைய கிளர்ச்சியில் அனுதாபம் உள்ளவர்களாக இருக்கிறார்கள். அவர்களுடைய தொகை பெருகி, சத்தியாகிரகம் சீக்கிரம் வெற்றிபெறும் என்றே நம்புகிறோம்.' (சுதேசமித்திரன்,11–2–1925.)

ஐந்து நாள் கழித்து, வாக்கு விவரம் வெளியான பின் சுதேசமித்திரன் விரிவாக அதைப் பற்றி எழுதியிருந்தது.

'...22 பெயர்கள் தீர்மானத்துக்கு விரோதமாகவும், 21 பெயர்கள் தீர்மானத்துக்குச் சாதகமாகவும் ஓட்டுக் கொடுத்ததன் மேல் ஒரு அதிகப்படி ஓட்டினால் அது தோற்றுப் போயிற்று. ஆயினும் விரோதமாகக் கொடுக்கப்பட்ட ஓட்டுகளை அலசிப் பார்த்தால் சத்தியாகிரகிகளின் கட்சி வெற்றியடைந்துவிட்டது என்றே சொல்லவேண்டும். அச்சபையில் ஜனப்பிரதிநிதிகளாக 23 அங்கத்தினர் இருக்கிறார்கள். அவர்களில் இருவர் அன்று ஆஜரில்லை. பாக்கி 21 பெயர்களில் 18 பெயர்கள் தீர்மானத்துக்குச் சாதகமாக ஓட்டுக் கொடுத்தார்கள். இந்தவொரு விஷயத்திலிருந்தே திருவாங்கூர் மகாஜனங்கள் அநேகமாக பிரஸ்தாப பழைய வழக்கத்தை ஒழித்துவிட விரும்புகிறார்கள் என்று

தெரிகிறது. தீர்மானத்துக்கு விரோதமாக அன்று ஓட்டுக் கொடுத்த 22 பெயர்களில் 15 பெயர்கள் கவர்ன்மெண்ட் உத்தியோகஸ்தர்கள். அவர்கள் இந்தத் தீர்மானத்தின் மேல் ஓட்டுக் கொடுக்காமல் ஒதுங்கி நின்றிருக்க வேண்டும் என்றே நாம் நினைக்கிறோம். பாக்கி பேர்களில் இருவர் கிறித்தவர்கள், இருவர் முகமதியர்கள், ஒருவர் ஈழவர். ஈழவர் அந்தச் சாலை வழியாக நடமாடவிடப்பட வேண்டும் என்பதற்காகவே சத்தியாகிரகம் நடத்தப்பட்டு வருகிறது. ஆயினும் அவ்வகுப்பினரிலேயே ஒருவர் தீர்மானத்துக்கு விரோதமாக ஓட்டுக் கொடுத்தது ஆச்சரியமாக இருக்கிறது. ஆயினும் கவர்ன்மெண்ட் உத்தியோகஸ்தர்கள் எவ்வளவு செல்வாக்கு உடையவர்கள் என்பதும் அதிலிருந்து விளங்குகிறது.

கவர்ன்மெண்டு உத்தியோகஸ்தர் (15), கிறித்தவர்கள் (2), முகமதியர்கள் (2) ஆகியவர்களின் ஓட்டுகளைத் (19) தள்ளிவிட்டால் தீர்மானத்துக்குச் சாதகமாக ஓட்டுக் கொடுத்தவர்கள் 21 என்றும் விரோதமாக ஓட்டுக் கொடுத்தவர்கள் மூன்று (22–19=3) என்றும் ஏற்படுகிறது. எனவே வெகு ஜனங்களுடைய ஆதரவைத் தீர்மானம் பெற்றிருக்கிறது. அதை உத்தேசித்து ரீஜண்டு மகாராணியவர்கள் தீர்மானத்தை அனுசரித்து உத்தரவு பிறப்பிக்கும்படி செய்வார்கள் என்று எதிர்பார்க்கிறோம்.' (சுதேசமித்திரன், 16–2–1925.)

'6–2–1925 – குரூர் நீலகண்டன் நம்பூதிரிபாடு வழக்கு, வைக்கம் இரண்டாம் வகுப்பு மாஜிஸ்டிரேட் முன்னிலையில் தொடங்கியது. கோட்டயம் மாவட்ட எல்லைக்குள் வரக்கூடாது என்று மாவட்ட மாஜிஸ்டிரேட் உத்திரவிட்டிருந்தும் வைக்கத்துக்கு வந்தார் என்பது இவர் செய்த குற்றமாகும். தமக்கு இத்தகைய உத்தரவு வழங்கப்படவில்லை என்றும், உத்தரவு எந்தத் தேதியில் கொடுக்கப்பட்டதாகச் சொல்லப்படுகிறதோ அந்தத் தேதிக்குப் பிறகு தாம் பலமுறை வைக்கத்துக்கு வந்திருப்பதாகவும் அவர் கூறினார். அரசுத் தரப்பில் துணைக் காவல் கண்காணிப்பாளர் கோமதிநாயகம் பிள்ளை சாட்சியம் கூறும்போது, முதலில் வெளியிடப்பட்ட உத்தரவின் காலவரையறையை

நீட்டித்திருப்பதாக இரண்டாவது முறை கெஜட்டில் ஓர் உத்தரவு வெளியிடப்பட்டதென்று கூறினார். பிப்ரவரி 16ம் தேதி வழக்கு மீண்டும் நடைபெறும்.' (நவசக்தி, 14–2–1925.)

26–2–1925 – வழக்கம்போல் சத்தியாகிரகம் நடைபெற்றது. சர்க்காக்கள் நான்கு பக்கத்திற்கும் கொண்டுவரப்பட்டன. குரூர் நீலகண்டன் நம்பூதிரியின் வழக்கு இன்று எடுத்துக்கொள்ளப்பட்டது. காவல் ஆய்வாளர் வெங்கடாசல சர்மா சாட்சியாக விசாரிக்கப்பட்டார். இரண்டு மாதக் காவல் தண்டனை குரூர் நீலகண்டன் நம்பூதிரிக்கு வழங்கப்பட்டது.

காந்தியடிகள் சென்னையிலிருந்து 7–3–1925 சனிக்கிழமை இரவு ராஜாஜி, மகாதேவ தேசாய், ராமதாஸ் காந்தி ஆகியோருடன் வைக்கத்திற்கு ரயிலில் புறப்பட்டார்.

9–3–1925ல் தொடங்கிய திருவாங்கூர் ஸ்ரீமூலம் சபையின் 21வது ஆண்டுக் கூட்டத்தில் திவான் டி.ராகவையா பேசிய பேச்சைப் பற்றிக் கருத்து தெரிவித்த சுதேசமித்திரன் அதில் வைக்கம் பற்றி எழுதியிருந்தது.

> 'ஈழவர்களுடைய உணர்ச்சியில் அரசாங்கத்தாருக்கு அனுதாபம் இருக்கிறது. வைக்கம் கோயிலுக்கு அடுத்துள்ள சாலைகளில் ஈழவர்கள் நடமாடக்கூடாது என்று ஏற்பட்டிருக்கிற தடை தங்களை அவமானப்படுத்துவதாக இருக்கிறது என்று அவர்கள் நினைப்பது இயற்கை. இந்த வழக்கம் நியாயமானது என்று அரசாங்கத்தார் வாதாட விரும்பவில்லை என்று திவான் ஒப்புக்கொண்டுவிட்டார். ஆகையால் அரசாங்கத்தினுடைய அபிப்பிராயத்திற்கு விரோதமாக அவர்கள் நடந்துவருகிறார்கள் என்று ஏற்படுகிறது. அப்படி அவர்கள் நடப்பதற்குக் காரணம் வழக்கம் என்றும், இன்னொரு சமூகத்தின் நம்பிக்கை என்றும் திவான் சொன்னார். இந்த 'இன்னொரு சமூகம்' சம்மதப்பட்டுவிடின் பிரஸ்தாப சாலைகள் வழியாக ஈழவர்கள் நடமாடுவதை அரசாங்கத்தார் தடுக்கப்போகிறதில்லை. அந்த இன்னொரு சமூகம் சம்மதிக்கும்படி செய்வது யார்?
>
> ஈழவர்களும் அந்த வேலையைச் செய்யலாம். ஆனால் இந்த வேலையைச் செய்வது முக்கியமாக அரசாங்கத்தின்

கடமை அல்லவா? அந்நிய மதத்தினர் அனுபவிக்கும் உரிமையை இந்துக்களுக்கும் உண்டாக்கும் முயற்சி செய்ய அரசாங்கத்தார் கட்டுப்பட்டிருக்கவில்லையா? 'பிரஸ்தாப சாலைகளின் வழியாக ஈழவர்கள் நடமாடக்கூடாது' என்பது குருட்டு நம்பிக்கை என்று திவான் ஒப்புக்கொண்டுவிட்டார். குருட்டுத்தனத்தைப் போக்கிப் பார்வையை உண்டுபண்ணுவது அரசாங்கத்திற்கும் கடமைதான் என்று நாம் நினைக்கிறோம்.' (சுதேசமித்திரன், 10-3-1925.)

வைக்கம் தொடர்பாகத் திருவனந்தபுரம் ஆவணக் காப்பகத்தில் பராமரிக்கப்பட்டு வரும் பத்து அரசுக் கோப்புகளுள் ஒன்றில் அரசுக்குப் பொதுமக்கள், அமைப்புகள் ஆகியவற்றிடமிருந்து வந்த கடிதங்கள், கோரிக்கைகள் உள்ளன. வைக்கம் போராட்டத்திற்கு ஆதரவு அளிக்கும் பல கடிதங்கள் அந்த அரசுக் கோப்பில் உள்ளன. செங்கணாச்சேரி களிக்கார பத்மநாப பிள்ளை *(30-3-1924)*, பையநாடு டி.ஆர்.கிருஷ்ண சாஸ்திரி *(9-4-1924)* எழுதிய கடிதமும் தந்தியும் முறையே அதில் இருக்கின்றன.

வக்கீல் ஆர்.சீனிவாச ஐயர், டாக்டர் டி.வி.சுவாமிநாத சாஸ்திரி

1-6-1925 – பொய்யாகப் பணம் வசூலித்ததாக பாஸ்கர் என்ற ஏ.கே.குஞ்சுபிள்ளை மீது திருச்சி போலிஸார் கொண்டுவந்த வழக்கு சப்டிவிஷனல் மாஜிஸ்டிரேட் முன் ஆரம்பமானது. அவரிடம் ஏமாந்தவர்கள் வக்கீல் ஆர்.சீனிவாச ஐயர், பாரிஸ்டர் டி.ஏ.ஜி.ரத்தினம், ஜனாப் கலிபுல்லா, டாக்டர் டி.வி.சுவாமிநாத சாஸ்திரி முதலானோர்.

வைக்கம் சத்தியாகிரகத்துக்கு என்று பணம் வசூலித்தார் பாஸ்கர். இவர் வக்கீல் ஆர்.சீனிவாச ஐயர் முதலானவர்களிடம் வசூலித்ததாகத் தெரிகிறது.

'18-6-1925 – திருவனந்தபுரம் விளம்பர சபைக் காரியதரிசியிடமிருந்து வந்த தந்தி என்று குறிப்பிட்டுச் சுதேசமித்திரன், சாலைகளை அனைவருக்கும் திறந்துவிட மகாராணி பிறப்பித்த உத்தரவை வெளியிட்டிருந்தது.

குருக்கள் வசிக்கும் கீழண்டைச் சாலை நீங்கலாக மற்ற மூன்று வீதிகளிலும் ஜனங்கள் வித்தியாசமின்றி

நடமாட அனுமதி கொடுக்க, அதைச் சத்தியாகிரகிகள் ஏற்றுக்கொள்ளவில்லை.

கீழ் ரஸ்தாவில் இன்னும் தடையிருப்பதால் சத்தியாகிரகம் நடக்கின்றது. எல்லாத் தடைகளையும் நீக்கிவிட்டதாக எழுத்தளவில் கவர்ன்மெண்ட் அறிக்கையை நாம் என்றாவது ஒருநாள் பெறவேண்டும் என்று மகாத்மாஜி ஆசிரமத்திற்குக் கடிதம் எழுதியுள்ளார். 'இந்நோக்கம் நிறைவேறும்வரை தீண்டாமை விலக்கு கமிட்டி வேலை செய்யும்' என்று ஆசிரமச் செயலாளர் கேளப்பன் அறிக்கை வெளியிட்டார்.' (சுதேசமித்திரன், 30–7–1925.)

கோட்டயம் மாவட்ட மாஜிஸ்டிரேட் தலைமைச் செயலருக்கு *11–8–1925* தேதியிட்டு எழுதிய கடிதத்தில் வைக்கம் சத்தியாகிரகிகள் பாடியதாகச் சில பாட்டுகளை இணைத்திருந்தார். அதில், பாரதி எழுதிய குறத்தி பாட்டு, வந்தே மாதரம், ஆடுவோமே ஆகிய பாடல்கள் இருந்தன.

17–11–1925 – 'கேரளக் காங்கிரஸ் தீண்டாமை விலக்குக் குழு' பின்வரும் தீர்மானங்களை நிறைவேற்றியது.

1. எந்த வேறுபாடும் இல்லாமல் எல்லா வகுப்பு மக்களுக்கும் வைக்கம் கோயிலைச் சுற்றியுள்ள எல்லாப் பொதுச்சாலைகளும் அஷ்டமி பண்டிகை தொடங்குவதற்கு முன்னர் திறந்துவிடப்படும் என்று நிர்வாகத்திடமிருந்து தகவல் வந்திருக்கிறது. இதை முன்னிட்டு மகாத்மாவிடமிருந்து வந்திருக்கும் அறிவுரையின் அடிப்படையில் சத்தியாகிரகத்தின் நோக்கம் நிறைவேறிவிட்டது. சாலைகள் திறந்துவிடப்படும் சரியான நாளிலிருந்து சத்தியாகிரகம் திரும்பப் பெறப்படும்.

2. கிருஷ்ணசாமி ஐயர், டி.கே.மாதவன் ஆகியோரை கல்பாத்தி நிலவரத்தைப் பார்த்து அறிக்கை சமர்ப்பிக்கும்படி தீர்மானம் ஆகிறது. அந்த நிலைமையைச் சமாளிக்க என்ன செய்வது என்ற அறிவுரையை அவர்கள் தருவர்.

3. வைக்கம் சத்தியாகிரகம் முடிவுக்கு வருவதுடன் தற்போதைய தீண்டாமை விலக்குக் குழுவும் தன் இருப்பை முடித்துக் கொள்கிறது. அதையடுத்து,

புதிய குழுவை நியமிக்கும்படி பிரதேசக் காங்கிரஸ் கமிட்டியை அது வேண்டுகிறது.

வைக்கம் சத்தியாகிரகம் 1925 நவம்பர் மாதம் இறுதியோடு முடிவுக்கு வந்தது. வைக்கம் போராட்டத்தில் ஈடுபட்டவர்கள், பொருளுதவி செய்தவர்கள், பிரசாரம் செய்தவர்கள் என்ற வகையில் கிட்டத்தட்ட 28 பிராமணர்கள் தொண்டாற்றி இருக்கிறார்கள்:

1. டி.ஆர்.கிருஷ்ணசாமி ஐயர்
2. குரூர் நீலகண்டன் நம்பூதிரிபாடு
3. சேலம் விஜயராகவாச்சாரியார்
4. ரங்கூன் சட்டசபை உறுப்பினர் நாராயணராவ்
5. கிருஷ்ணன் நம்பூதிரிபாடு
6. எஸ்.ஸ்ரீனிவாச ஐயங்கார்
7. டி.எஸ்.கோபாலாச்சாரி
8. சி.இராஜகோபாலாச்சாரியார்
9. சி.வி.வேங்கடரமண ஐயங்கார்
10. கிருஷ்ணையர்
11. கல்லிடைக்குறிச்சி சங்கர ஐயர்
12. ராமசந்திர ஐயர்
13. சி.எஸ்.ரங்கையர்
14. பண்டித மாளவியா
15. ஆர்.சக்கரவர்த்தி ஐயங்கார்
16. வி.என்.ஐயங்கார்
17. எஸ்.டி.சுப்பிரமணிய ஐயர்
18. கோயம்புத்தூர் சுப்பிரமணிய ஐயர்
19. நாராயண ஐயர்
20. சுப்பிரமணிய ஐயர்
21. சி.கே.சங்கர நம்பூதிரிபாடு
22. எஸ்.ராமகிருஷ்ண ஐயர்
23. ஒய்.ராமஸ்வாமி ஐயர்
24. வி.எஸ்.சங்கரன் நம்பூதிரி
25. மதுரை என்.நாராயண ஐயர்
26. கிருஷ்ண ஐயங்கார்
27. வக்கீல் ஆர்.சீனிவாச ஐயர்
28. டாக்டர் டி.வி.சுவாமிநாத சாஸ்திரி

●

டி.ஆர்.கிருஷ்ணசாமி
ஐயர்

சேலம்
சி.விஜயராகவாச்சாரியார்

குரூர் நீலகண்டன்
நம்பூதிரிபாடு

ஜி.சுப்பிரமணிய
ஐயர்

எஸ்.ஸ்ரீனிவாச
ஐயங்கார்

சக்கரவர்த்தி
ராஜகோபாலாச்சாரி